ഒരു നീണ്ടയാത്ര

പാബ്ലോ നെരുദയുടെ
കാവ്യാത്മക പ്രഭാഷണങ്ങൾ

oru neenda yathra
pablo nerudayude kavyatmaka prabhashanangal

•

pablo neruda

•

translated by
raghavan vengad

•

first edition
december 2002

•

second edition
february 2007

•

third edition
june 2013

•

second impression
january 2021

•

typesetting & published
chintha publishers, thiruvananthapuram

•

printed
repro india ltd, mumbai

•

cover
ambeesh

•

വിതരണം

ദേശാഭിമാനി ബുക്ക് ഹൗസ്
H O തിരുവനന്തപുരം–695 035
www.chinthapublishers.com
chinthapublishers@gmail.com

ബ്രാഞ്ചുകൾ

ഹെഡ്ഡാഫീസ് ബ്രാഞ്ച് കുന്നുകുഴി • ഓവർബ്രിഡ്ജ് തിരുവനന്തപുരം •
കെ എസ് ആർ ടി സി ബസ് സ്റ്റേഷൻ ആലപ്പുഴ • കെ എസ് ആർ ടി സി
ബസ് സ്റ്റേഷൻ എറണാകുളം • ഐ ജി റോഡ് കോഴിക്കോട് • മാവൂർ
റോഡ് കോഴിക്കോട് • എൻ ജി ഒ യൂണിയൻ ബിൽഡിങ് കണ്ണൂർ •
സെൻട്രൽ ബസ് ടെർമിനൽ കോംപ്ലക്സ് താവക്കര കണ്ണൂർ

CR - 1294 / 3237
ISBN - 978-93-83155-58-3

ഒരു നീണ്ടയാത്ര

പാബ്ലോ നെരൂദയുടെ
കാവ്യാത്മക പ്രഭാഷണങ്ങൾ

പാബ്ലോ നെരൂദ

പരിഭാഷ:
രാഘവൻ വേങ്ങാട്

ചിന്ത പബ്ലിഷേഴ്സ്
തിരുവനന്തപുരം-695 035

ഉള്ളടക്കം

പാബ്ലോ നെരൂദ

ലോകത്തിലെ ഏറ്റവും മനോഹരമായ ആത്മകഥകളിലൊ ന്നായിട്ടാണ് പാബ്ലോ നെരൂദയുടെ ഓർമ്മക്കുറിപ്പുകൾ പരിഗണി ക്കപ്പെട്ടുവരുന്നത്. അത് ഇംഗ്ലീഷിൽ പുറത്തിറങ്ങി അധികം കഴിയുന്നതിനുമുമ്പുതന്നെ വായിക്കാനിടയായി. എന്നാൽ നോബൽ സമ്മാനം സ്വീകരിച്ച് അദ്ദേഹം നടത്തിയ ഉജ്ജ്വലമായ പ്രസംഗം വായിക്കാൻ കഴിഞ്ഞത് അടുത്തയിടെ ചെന്നെയിൽനിന്ന് *ഫ്രണ്ട്ലൈനിലെ* സുഹൃത്ത്, നന്ദഗോപാൽ അത് അയച്ചുതന്ന പ്പോഴാണ്. അപ്പോൾത്തന്നെ ആ പ്രസംഗം തർജുമ ചെയ്യിച്ച് പ്രസിദ്ധീകരിക്കണം എന്ന മോഹം. അത്, പക്ഷേ, ഒരു പുസ്തക ത്തിന് തികയില്ല. ഈ സാഹചര്യത്തിൽ എന്തു ചെയ്യണം എന്ന് ആലോചിക്കുമ്പോഴാണ് നെരൂദയുടെ ആത്മകഥാപരമായ ലേഖന ങ്ങളും പ്രസംഗങ്ങളും അടങ്ങുന്ന ഒരു ഗ്രന്ഥം കൈയിൽ വന്നുപെട്ടത്. അപ്പോൾ നോബൽ സമ്മാനപ്രസംഗവും ഈ ഗ്രന്ഥ ത്തിലെ ഏതാനും പ്രസംഗങ്ങളും ഉൾക്കൊള്ളിച്ച് ഒരു ലഘുഗ്രന്ഥം പ്രസിദ്ധീകരിക്കണമെന്ന് തീർച്ചയാക്കി. ഉടൻതന്നെ അതിൽ ഉൾ ക്കൊള്ളിക്കേണ്ട പ്രസംഗങ്ങൾ തെരഞ്ഞെടുത്ത് കാവ്യാത്മകമായ ശൈലിയിൽ അവ തർജുമ ചെയ്യാൻ കഴിയുന്ന രാഘവൻ വേങ്ങാടിനെ ഏൽപ്പിച്ചു. ഇങ്ങനെയൊരു ഗ്രന്ഥത്തിൽ നെരൂദയുടെ സംഭവബഹുലവും വർണശബലവുമായ ജീവിതത്തിന്റെ ഒരു നഖചിത്രം അവതരിപ്പിക്കുന്നത് അസ്ഥാനത്തായിരിക്കില്ല.

നെരൂദയെക്കുറിച്ച് വന്ന ലേഖനങ്ങൾക്ക് കണക്കില്ല. അവ യിൽ പലതിലും ലേഖകർ നെരൂദയുടെ വ്യക്തിത്വത്തിലെ ഒരു സുപ്രധാന സവിശേഷത അവഗണിക്കുകയോ അല്ലെങ്കിൽ തമസ്കരിക്കുകയോ ചെയ്തതായി കണ്ടു. അദ്ദേഹം ഒരു കമ്യൂണിസ്റ്റ് ആയിരുന്നു എന്നതത്രെ ആ സവിശേഷത. ഒരു സാധാരണ പാർട്ടി അംഗം മാത്രമല്ല, ചിലിയൻ കമ്യൂണിസ്റ്റ്

പാർട്ടിയുടെ കേന്ദ്രകമ്മിറ്റി അംഗം കൂടിയായിരുന്നു അദ്ദേഹം. തന്റെ ജന്മഭൂമിയായ ചിലിയുടെ മോചനത്തിനും ലോകമെങ്ങുമുള്ള അധഃസ്ഥിതരുടെ ഉന്നമനത്തിനുമായി ജീവിതം മുഴുവൻ നെരൂദ പൊരുതി. ഇത് രാഷ്ട്രീയരംഗത്തെ സ്ഥാപിത താൽപ്പര്യക്കാരു ടെയും സാഹിത്യരംഗത്തെ എസ്റ്റാബ്ലിഷ്മെന്റിന്റെയും വെറുപ്പിന് കാരണമായി. ഈ വെറുപ്പ് നോബൽ സമ്മാനത്തിന് അദ്ദേഹത്തെ തെരഞ്ഞെടുക്കാൻ കാലവിളംബം വരുത്തുന്നേടത്തോളം ചെ ന്നെത്തി. ഈ കാലവിളംബമാണ് ഴാങ് പോൾ സാർത്ര് നോബൽ സമ്മാനം നിരസിച്ചതിനുള്ള കാരണങ്ങളിലൊന്ന്. എങ്കിലും 1971 ൽ അദ്ദേഹത്തിന് നോബൽ സമ്മാനം നൽകാൻ സ്വീഡിഷ് അക്കാദമി നിർബന്ധിതമായി. അക്കാദമി അതുവഴി സ്വയം സമ്മാനിതമാവുക യായിരുന്നു.

തെക്കൻ ചിലിയിലെ പർറാൾ എന്ന സ്ഥലത്ത് നെരൂദ ജനിച്ചു. 1904 ജൂലായ് 12-ന്. ശരിയായ പേര് നെഫ്തലി റിക്കാഡോ റെയെസ് ബസ്വാൽ ത്തൊ. പാബ്ലോ നെരൂദ എന്നത് തൂലികാനാമം. അച്ഛൻ: റെയിൽവെ തൊഴിലാളി ജോസ് ദൽകാർമൻ റയസ്; അമ്മ: റോസ ബസ്വാൽ ത്തൊ. നെരൂദ ജനിച്ച് ഒരു മാസം കഴിഞ്ഞപ്പോൾ അമ്മ മരിച്ചു. രണ്ടാം വയസ്സിൽ കുടുംബത്തോടൊപ്പം തെമുക്കൊ എന്ന അതിർത്തി നഗരത്തിലേക്ക് താമസം മാറ്റി. അവിടെവെച്ച് അച്ഛൻ വീണ്ടും വിവാഹിതനായി.

തെമുക്കൊ ബോയിസ് ഹൈസ്കൂളിൽ സെക്കന്ററി വിദ്യാ ഭ്യാസം പൂർത്തിയാക്കി. തികച്ചും ഏകാകിയായ നെരൂദ നന്നായി വായിക്കും. സെക്കന്ററി വിദ്യാഭ്യാസം പൂർത്തിയാക്കിയപ്പോഴേക്ക് വായിച്ചുകൂട്ടിയ പുസ്തകങ്ങൾക്ക് കണക്കില്ല. സ്കൂൾ വിദ്യാ ഭ്യാസം പൂർത്തിയാക്കുന്നതിനുമുമ്പ് കവിത എഴുതി തുടങ്ങി. അദ്ദേഹത്തിലെ കവിയെ തിരിച്ചറിഞ്ഞതും വാത്സല്യത്തോടെ പ്രോത്സാഹിപ്പിച്ചതും ഗബ്രിയേല മിസ്ത്രൽ എന്ന തൂലികാ നാമത്തിൽ പ്രസിദ്ധയായ ലുസിയ ഗോദേയ് അൽക്കായഗ (1889–1957). തെമുക്കൊ ഗേൾസ് സ്കൂളിലെ പ്രധാന അധ്യാപിക യായ അവർക്ക് 1945 ൽ സാഹിത്യത്തിനുള്ള നോബൽ സമ്മാനം ലഭിച്ചു. നെരൂദയുടെ കവിതകൾ ആദ്യം പ്രാദേശിക പത്രങ്ങളിൽ പ്രത്യക്ഷപ്പെട്ടു. സാന്തിയാഗോവിലേക്ക് താമസം മാറ്റിയതോടെ പഠനം തുടരാനും ഫ്രെഞ്ചുഭാഷ പഠിക്കാനും കഴിഞ്ഞു. അവിടത്തെ പ്രസിദ്ധീകരണങ്ങളിലും കവിതകൾ വന്നു തുടങ്ങി.

1923-ൽ, അതായത് 19-ാമത്തെ വയസ്സിൽ, ആദ്യകവിതാ സമാഹാരം പുറത്തിറങ്ങി – *ക്രവുസ്കുലാരിയൊ (അന്തിവെളിച്ചം)*. രണ്ടാമത്തെ കൃതി– *ഇരുപത് പ്രണയകവിതകളും ഒരു നിരാശാ ഗീതവും– അടുത്തവർഷവും.* ഈ കവിതാ സമാഹാരത്തെക്കുറിച്ച് സച്ചിദാനന്ദൻ എഴുതി:

കൗമാരത്തിന്റെ വികാരവിക്ഷോഭങ്ങൾ അവയുടെ നഗ്നമായ മൃഗീയതയോടെ, ചിലപ്പോൾ ഉൽക്കടമായ ആഹ്ളാദത്തോടെ, ഈ കൃതി ആവിഷ്കരിക്കുന്നു. സ്ത്രീശരീരവുമായുള്ള ഏറ്റുമുട്ടൽ, ജ്വലിച്ചു നിൽക്കുന്ന കാമം, അസഹനീയമായ ഏകാകിത ഇവയെല്ലാം ഈ കവിതകളിൽ ജന്മദേശത്തിന്റെ പ്രകൃതിദൃശ്യവുമായി താദാത്മ്യം പ്രാപിച്ച് മണ്ണും മഴയും മഞ്ഞും കടലും മലയുമായി രൂപാന്തരം പ്രാപിക്കുന്നു.

ഈ കവിതാസമാഹാരം ചിലിയിലും സ്പാനിഷ് സാഹിത്യത്തിലാകെയും നെരൂദയെ ശ്രദ്ധേയനാക്കി. അതിനുശേഷം മുഴുവൻ സമയവും കവിതയ്ക്ക് നീക്കിവച്ചു. തുടർച്ചയായി മൂന്നു പുസ്തകങ്ങൾ പ്രസിദ്ധീകരിച്ചുവെങ്കിലും സ്ഥിരവരുമാനമില്ലാത്തതിനാൽ നന്നേ കഷ്ടപ്പെട്ടു. മുപ്പതുവയസ്സ് തികയുന്നതിന് മുമ്പ് മഹാകവിയായി വാഴ്ത്തപ്പെട്ട ആൾക്കാണ് ഈ അവസ്ഥ വന്നതെന്ന് ഓർക്കണം.

ഈ ഘട്ടത്തിൽ ചിലിയൻ ഗവൺമെന്റ് തങ്ങളുടെ കോൺസലായി നെരൂദയെ റങ്കൂണിലേക്കയച്ചു. അവിടെ നിന്ന് ശ്രീലങ്കയിലേക്കും തുടർന്ന് ഇന്തോനേഷ്യയിലേക്കും അയക്കപ്പെട്ടു. അഞ്ചു വർഷം ദക്ഷിണേഷ്യൻ രാഷ്ട്രങ്ങളിൽ കഴിച്ചുകൂട്ടി. ഈ അഞ്ചു വർഷവും നാടുകടത്തപ്പെട്ടവനെപ്പോലെയായി അദ്ദേഹം. കാരണം സ്പാനിഷ് ഭാഷയുമായുള്ള ബന്ധം ഏതാണ്ട് വിച്ഛേദിക്കപ്പെട്ട പോലെയായി. ആകപ്പാടെയുള്ള ബന്ധം പ്രസിദ്ധീകരണങ്ങളിലൂടെ മാത്രമായി. അവതന്നെ കിട്ടാൻ വൈകും. ഇക്കാലത്താണ് *ഭൂമിയിലെ വാസം* ഒന്നും രണ്ടും ഭാഗങ്ങളിലെ കവിതകൾ എഴുതിയത്. ഇക്കാലത്തുതന്നെയാണ് ഇന്തോനേഷ്യയുടെ തലസ്ഥാനമായ ജക്കാർത്തയിൽ വെച്ച് മറിയ അന്തോണിയറ്റ ഹാഗനാർ എന്ന ഡച്ച് യുവതിയുമായി അടുപ്പത്തിലായതും അവരെ വിവാഹം കഴിച്ചതും.

നാട്ടിൽ മടങ്ങിയെത്തിയപ്പോൾ ഗവൺമെന്റ് അദ്ദേഹത്തെ അർജന്റീനയിലേക്കയച്ചു. അവിടെവെച്ചാണ് തന്റെ കവിതയുടെ ആരാധകനായ പ്രസിദ്ധ സ്പാനിഷ് കവി ലോർക്കയെ കണ്ടുമുട്ടിയത്. അർജന്റീനയിൽ നിന്ന് സ്പെയ്നിലേക്ക് പോയി. അത് അദ്ദേഹത്തിന്റെ ജീവിതത്തിലും കവിതയിലും വലിയൊരു വഴിത്തിരിവായി. അതേക്കുറിച്ച് അദ്ദേഹമെഴുതി: "ലോകം മാറിപ്പോയിരിക്കുന്നു. ഒപ്പം എന്റെ കവിതയും." 1933-നും 37-നും ഇടയ്ക്ക് മൂന്ന് വാല്യങ്ങളിലായി പ്രസിദ്ധീകരിച്ച *ഭൂമിയിലെ വാസം* എന്ന കവിതാസമാഹാരം പുതിയ മാറ്റത്തെ പ്രതിഫലിപ്പിക്കുന്നു. ഈ മാറ്റത്തിന് ഒരു പശ്ചാത്തലമുണ്ട്.

1930-കൾ ആരംഭിച്ചതോടെ ലോകമാകെ ഇടതുപക്ഷത്തിന്

അനുകൂലമായി വലിയൊരു കാറ്റ്. 1929–33 കാലത്ത് ലോക മുതലാളിത്തം വലിയ പ്രതിസന്ധിയിൽ. അതേസമയം സോവിയറ്റ് യൂണിയനിൽ ഒന്നാം പഞ്ചവൽസര പദ്ധതിയിലൂടെ വലിയ മുന്നേറ്റം. ഇത് രണ്ടു സാമൂഹ്യവ്യവസ്ഥകളെ സ്വന്തം കണ്ണുകൾ കൊണ്ട് കാണാനും അവയെ താരതമ്യപ്പെടുത്താനും ലോക ജനതയ്ക്ക് അവസരമൊരുക്കി. സ്വാഭാവികമായും സോഷ്യലിസ്റ്റ് ആശയഗതി ജനങ്ങളെ, പ്രത്യേകിച്ച് ബുദ്ധിജീവികളെ ആകർഷിച്ചു. ഖനിത്തൊഴിലാളികൾക്കിടയിൽ ജനിച്ചുവളർന്ന് അവരുടെ ദുരിതങ്ങളും കഷ്ടപ്പാടുകളും നേരിൽ മനസിലാക്കിയ നെരൂദ ആ സിദ്ധാന്തത്തിന്റെ ആകർഷണവലയത്തിൽപ്പെട്ടു പോയതിൽ അത്ഭുതമില്ല. പോരെങ്കിൽ ലോകമെങ്ങും സ്വാതന്ത്ര്യത്തിനും മോചനത്തിനും പൊരുതുന്നവരുടെ കൂടെ സോവിയറ്റ് യൂണിയൻ അടിയുറച്ചു നിൽക്കുന്നതും അദ്ദേഹത്തെ ആവേശം കൊള്ളിച്ചു. ഈയൊരു പശ്ചാത്തലത്തിലാണ് "അസ്ഥിമാടങ്ങളെ കുറിച്ച് മറ്റാരെങ്കിലും കുത്തിക്കുറിക്കട്ടെ" എന്നുപറഞ്ഞുകൊണ്ട് ചുറ്റും കാണുന്ന ജീവിതം തന്റെ കാവ്യസൃഷ്ടിക്ക് അദ്ദേഹം വിഷയമാ ക്കിയത്.

അപ്പോഴേക്കും സ്പെയിനിലെ പുരോഗമന ഇടതുപക്ഷ ഗവൺമെന്റിനെതിരായി ഫ്രാങ്കോ ഫാസിസ്റ്റുകൾ ആഭ്യന്തരയുദ്ധം (1936–39) അഴിച്ചുവിട്ടു. ആ യുദ്ധം നെരൂദയുടെ ജീവിതത്തിൽ വഴി ത്തിരിവ് കുറിച്ചു. മുതലാളിത്ത വ്യവസ്ഥയുടെയും അതിന്റെ പാർല മെന്ററി ജനാധിപത്യത്തിന്റെയും തനിനിറം നെരൂദയുൾപ്പെടെയുള്ള ബുദ്ധിജീവികൾക്ക് ബോധ്യമായി. ആഭ്യന്തരയുദ്ധത്തിൽ റാൽഫ് ഫോക്സ്, ക്രിസ്റ്റഫർ കോഡ്വെൽ, ഏണസ്റ്റ് ഹെമിംഗ്വെ, പിക്കാസോ, ലൂയി ആരഗൺ,സ്പാനിഷ് ജനകീയ കവി ലോർക്ക തുടങ്ങിയ സാഹിത്യനായകന്മാരോടും കലാകാരന്മാരോടുമൊപ്പം നെരൂദയും പടവെട്ടി. ഈ ഘട്ടത്തിലാണ് *എസ് പാന എൻ എൽ കൊറാസാൺ* എന്ന ഉജ്ജ്വല കൃതി രചിച്ചത്. അതോടെ നെരൂദ യുടെ കവിത വ്യക്തമായ പക്ഷപാതിത്വം പ്രകടിപ്പിക്കാൻ തുടങ്ങി. അദ്ദേഹത്തിന്റെ തൂലിക ഏകാധിപത്യത്തിനും അടിച്ചമർത്തലിനും എല്ലാതരത്തിലുള്ള സാമൂഹ്യ തിന്മകൾക്കും എതിരായ പോരാട്ട ത്തിലെ പടവാളായി. ഫാസിസ്റ്റ് ഭരണാധികാരികളുടെ ചവിട്ടടി യിൽനിന്ന് മോചനം നേടാനുള്ള പോരാട്ടത്തിൽ ലാറ്റിനമേരിക്കൻ ജനതയുടെ കൈയിൽ അത് മൂർച്ചയേറിയ ആയുധമായി.

ഒരു വർഷം കഴിഞ്ഞ് നാട്ടിൽ തിരിച്ചെത്തിയ നെരൂദ രാഷ്ട്രീയ പ്രവർത്തനത്തിൽ മുഴുകി. 1939-ൽ ചിലിയിൽ പാർട്ടി അംഗമായി. കമ്മ്യൂണിസ്റ്റ് പാർട്ടിയിലെ അംഗത്വം നെരൂദയുടെ കാവ്യപ്രതിഭയ്ക്ക് അല്പം പോലും മങ്ങലേൽപ്പിച്ചില്ല. എന്നല്ല അതിന് തിളക്കം കൂട്ടുകയാണ് ചെയ്തത്. കമ്മ്യൂണിസ്റ്റ് പാർട്ടി തന്നിലുണ്ടാക്കിയ

മാറ്റത്തെക്കുറിച്ച് *എന്റെ രാഷ്ട്രീയകക്ഷിക്ക്* എന്ന കവിതയിൽ നെരൂദ ഇപ്രകാരമെഴുതി:

അറിയപ്പെടാത്ത മനുഷ്യരുമായി

നീ എനിക്കു സാഹോദര്യം നൽകി

ജീവിച്ചിരിക്കുന്ന എല്ലാറ്റിലുമുള്ള കരുത്തു മുഴുവൻ

നീ എനിക്കു നൽകി

ഒരു പുതിയ ജന്മത്തിലെന്നപോലെ

എന്റെ രാജ്യം നീ എനിക്കു തിരിച്ചു നൽകി

എന്നിലെ കാരുണ്യവായ്പിനെ

ഒരഗ്നിയെപ്പോലെ ഉദ്ദീപ്തമാക്കാൻ

നീ എന്നെ പഠിപ്പിച്ചു

ഒരു വൃക്ഷത്തിനനിവാര്യമായ ഔന്നിത്യ്യം നീ എനിക്കു തന്നു.

മനുഷ്യരുടെ ഏകത്വവും നാനാത്വവും ദർശിക്കുവാൻ

നീ എന്നെ പ്രാപ്തനാക്കി. *(തർജുമ: സച്ചിദാനന്ദൻ)*

നെരൂദയുടെ രാഷ്ട്രീയ നിലപാട് അധികാരികൾക്കിഷ്ട പ്പെട്ടില്ല. പൊലീസിന്റെ നോട്ടപ്പുള്ളിയായ അദ്ദേഹം ചിലി വിടാൻ നിർബന്ധിതനായി. ഒളിവിലും തെളിവിലുമായി കഴിഞ്ഞതിനുശേഷം സ്വരാജ്യത്തേക്കു മടങ്ങി. 1944-ൽ കമ്യൂണിസ്റ്റ് സ്ഥാനാർഥിയായി ചിലിയിലെ പാർലമെന്റിലേക്ക് മത്സരിച്ചു ജയിച്ചു. പ്രസിഡന്റ് തിരഞ്ഞെ ടുപ്പിൽ ഇടതുപക്ഷസ്ഥാനാർഥി ഗബ്രിയേൽ ഗോൺസലസിസ് വഡേലയുടെ പ്രചാരവേലയിൽ സജീവമായി. പ്രസിഡണ്ടായി തിര ഞ്ഞെടുക്കപ്പെട്ട വഡേല വലതുപക്ഷത്തേക്ക് കാലുമാറിയപ്പോൾ നിരാശയും അമർഷവും തോന്നിയ നെരൂദ പ്രസിഡണ്ടിനെ വിമർ ശിച്ച് തുറന്ന കത്തെഴുതി. അദ്ദേഹം സെനറ്റിൽ നിന്ന് പുറത്താക്ക പ്പെട്ടു. അറസ്റ്റിൽ നിന്നൊഴിവാകാൻ രാജ്യം വിട്ടു. 1947 മുതൽ 1952 വരെ ഒളിവിൽ കഴിഞ്ഞു. ഇക്കാലത്താണ് തന്റെ മാസ്റ്റർപീസായ *കാന്റോ ജനറൽ* എന്ന കൃതി പൂർത്തിയാക്കിയത്. 1950-ൽ അത് പ്രസിദ്ധീകരിക്കുമ്പോഴും അദ്ദേഹം ഒളിവിൽ തന്നെയായിരുന്നു. ആ കൃതിയെക്കുറിച്ച് സച്ചിദാനന്ദൻ എഴുതിയത് ഉദ്ധരിക്കട്ടെ:

കാന്റോ ജനറൽ പേര് സൂചിപ്പിക്കുന്നതുപോലെ എല്ലാറ്റിനെയും കുറിച്ചുള്ള കവിതയാണ്. കവിതയുടെ എല്ലാ രൂപങ്ങൾക്കും ശൈലികൾക്കും – വാദപ്രതിവാദം, പ്രകൃതിവർണനം, ചരമ വിലാപം, ആക്ഷേപഹാസ്യം, ആത്മാഖ്യാനം ചരിത്രാപഗ്ര ഥനം, പ്രകീർത്തനം, പ്രബോധനം, പ്രവചനം – ഒരു മഹാ കാവ്യത്തിന്റെ മാതൃകകളുണ്ട്. പതിനഞ്ചു കാണ്ഡങ്ങളിൽ, ശതക്കണക്കിനു കവിതകളിൽ പടർന്നു കിടക്കുന്ന ഈ കൃതി അമേരിക്കയുടെ ചരിത്രം മാത്രമല്ല, മനുഷ്യേതിഹാസം തന്നെയാണ്.

ഒളിവിൽ കഴിയുമ്പോൾ സോവിയറ്റ് യൂണിയൻ, പോളണ്ട്, ഹങ്കറി, മെക്സിക്കോ തുടങ്ങിയ രാജ്യങ്ങൾ സന്ദർശിച്ചു. 1949-ൽ പാരീസിൽ നടന്ന സമാധാന കോൺഗ്രസിൽ പങ്കെടുത്തു. അപ്പോഴേക്കും പ്രശസ്തിയുടെ കൊടുമുടിയിൽ എത്തിയ വിപ്ലവ കവിയായ നെരൂദക്ക് സമ്മേളനത്തിൽ വിരോചിതമായ വരവേൽ പ്പാണ് ലഭിച്ചത്. അദ്ദേഹം സമ്മേളനവേദിയിൽ പ്രത്യക്ഷപ്പെട്ടപ്പോൾ ഹാളിലാകെ വികാരസാന്ദ്രമായ രംഗം. ആ രംഗം ഇലിയാ ഏറൻബർഗ് അവതരിപ്പിക്കുന്നത് നോക്കുക.

പാരീസ് സമാധാന കോൺഗ്രസ് സമാപനത്തിന്റെ വക്ക ത്തെത്തി. 1949 ഏപ്രിൽ 25-ന് അവസാന സെഷൻ അവസാ നിക്കാറായി. പെട്ടെന്ന് ഹാളിലാകെ ആവേശത്തിന്റെ തിരയി ളക്കം. പാബ്ളോ നെരൂദ വേദിയിലേക്ക് കയറുകയായിരുന്നു. അമേരിക്കയിൽ പൊലീസിന്റെ കണ്ണ് വെട്ടിക്കുന്നതിൽ വിജയിച്ച നെരൂദ യുദ്ധഭൂമിയിലേക്ക് മാർച്ച് ചെയ്യുന്ന പട്ടാള ക്കാരനെപ്പോലെയായിരുന്നു വേദിയിലേക്ക് കയറിയത്. സമാ ധാനത്തിനു വേണ്ടി, മനുഷ്യന്റെ അന്തസിന് വേണ്ടിയുള്ള പോരാട്ടം ആരംഭിച്ചു കഴിഞ്ഞുവെന്ന് അദ്ദേഹം മനസിലാക്കി. തന്റെ ഏറ്റവും ഒടുവിലത്തെ കവിത അദ്ദേഹം വായിച്ചു. സ്കോട്ലൻഡിൽ നിന്നുള്ള ഖനിത്തൊഴിലാളികളും കൊറിയയിൽ നിന്നുള്ള സ്കൂൾ അധ്യാപികയും ജൂലിയറ്റ് ക്യൂറിയും പോളണ്ടിൽ നിന്നുള്ള റെയിൽവേ തൊഴിലാളിയും മുതൽ എല്ലാ രാജ്യങ്ങളിൽ നിന്നും എല്ലാതുറകളിൽ നിന്നു മുള്ളവർ അദ്ദേഹത്തിന്റെ പ്രസംഗത്തിന് ആവേശത്തോടെ ചെവി കൊടുത്തു. അദ്ദേഹത്തിന്റെ മുഴങ്ങുന്ന ശബ്ദം അവരുടെ ഹൃദയങ്ങളിൽ ആണ്ടിറങ്ങി ചലനങ്ങൾ സൃഷ് ടിച്ചു. അപ്പോഴതാ ഫ്രാൻസിൽ നിന്നുള്ള ഒരു തൊഴിലാളി അടക്കി നിർത്താനാവാത്ത വികാരവേശത്തോടെ വിളിച്ചു പറയുന്നു: "പാബ്ളോ നെരൂദ!"

സാഹചര്യം അനുകൂലമായപ്പോൾ നെരൂദ നാട്ടിലേക്ക് മടങ്ങി. പിന്നെ കവിതയെഴുത്തും രാഷ്ട്രീയ പ്രവർത്തനവും. ധാരാളം എഴുതി. ഇരുപതോളം കൃതികളുടെ കർത്താവാണ് നെരൂദ. ബഹു മതികളും ഒന്നിനുപുറകെ മറ്റൊന്നായി അദ്ദേഹത്തെ തേടിയെത്തി. 1952-ൽ സോവിയറ്റ് യൂണിയൻ നെരൂദക്ക് സ്റ്റാലിൻ സമ്മാനം നൽകി. ഓക്സ്ഫോർഡ് സർവകലാശാല ഓണററി ഡോക്ടറേറ്റ് ബിരുദവും. 1971-ൽ നോബൽ സമ്മാനവും അദ്ദേഹത്തെ തേടി യെത്തി.

രാഷ്ട്രീയ പ്രവർത്തനവും കവിതകളും നെരൂദയെ ചിലി യിലെ ജനങ്ങൾക്ക് പ്രിയങ്കരനാക്കി. അതിനാൽ 1970-ൽ നടന്ന

തിരഞ്ഞെടുപ്പിൽ കമ്യൂണിസ്റ്റ് പാർട്ടി അദ്ദേഹത്തെ പ്രസിഡന്റ് സ്ഥാനാർഥിയാക്കി. എന്നാൽ ജനകീയ ഐക്യമുന്നണി പ്രസിഡന്റ് സ്ഥാനത്തേക്ക് സാൽവദോർ അലണ്ടെയെ നോമിനേറ്റ് ചെയ്ത പ്പോൾ പാർട്ടി അദ്ദേഹത്തിനുവേണ്ടി നെരൂദയെ പിൻവലിച്ചു. നെരൂദ അലണ്ടെക്കുവേണ്ടി പ്രവർത്തിച്ചു. അദ്ദേഹം പ്രസിഡണ്ടായ പ്പോൾ നെരൂദ പാരീസിൽ അംബാസഡറായി നിയമിതനായി. അവിടെവെച്ച് അർബുദം പിടികൂടി. നോബൽ സമ്മാനം വാങ്ങാൻ സ്റ്റോക്ഹോമിലേക്കു പോയ അദ്ദേഹം അവശനായാണ് നാട്ടിൽ മടങ്ങിയെത്തിയത്. ഉടൻ ശയ്യാവലംബിയുമായി. 1973 സെപ്തംബർ 11-ന് അമേരിക്കൻ പിന്തുണയോടെ അലണ്ടെ ഗവൺമെന്റ് അട്ടിമറിക്കപ്പെട്ടു. നെരൂദ വിട്ടുതടങ്കലിലുമായി. അദ്ദേഹത്തിന്റെ ടെലിഫോൺ ബന്ധം വിച്ഛേദിച്ചു. പട്ടാളക്കാരെ വീടിന് കാവൽ നിർത്തി. ആരെയും അദ്ദേഹത്തെ കാണാൻ അനുവദിച്ചില്ല. ശയ്യാ വലംബിയായ നെരൂദക്ക് പുറത്ത് നിന്നുള്ള ഒരു സഹായവും ലഭിച്ചില്ല. പിനോച്ചെ ഭരണം അദ്ദേഹത്തെ കൊല്ലാക്കൊല ചെയ്യുകയയായിരുന്നു. സെപ്തംബർ 23-ന് നെരൂദ ലോകത്തോട് വിട പറഞ്ഞു. അദ്ദേഹത്തിന്റെ ശവസംസ്കാരഘോഷയാത്ര സൈനിക ഭരണത്തിനെതിരായ ആദ്യത്തെ പ്രതിഷേധപ്രകടനമായി.

സി ഭാസ്കരൻ

എഡിറ്റർ

തിരുവനന്തപുരം
20-12-2002

I

ലടോര്‍, പ്രാഡൊ
പിന്നെ എന്റെ സ്വന്തം നിഴലും*

സര്‍വകലാശാല സദസുകളില്‍ അപൂര്‍വമായി മാത്രം സംബന്ധിക്കാറുള്ള ഞാന്‍ ഇന്നത്തെ പ്രഭാഷണവിഷയം എന്തായി രിക്കണം എന്ന്, ആരാഞ്ഞപ്പോള്‍, സുഹൃത്തുക്കളുടെ നിര്‍ദേശ ത്തില്‍ നിന്ന് ഉയര്‍ന്നുവന്നത്, വിശ്രുതരായ രണ്ട് എഴുത്തുകാരുടെ പേരാണ്. ഈ സര്‍വകലാശാല വിശിഷ്ടാംഗത്വം നല്‍കി ഇതിനു മുമ്പ് അവരെ ഇരുവരേയും ബഹുമാനിച്ചിരുന്നു. ഇരുവരും ഈ ഭൂമി വിട്ടുപോയിട്ട് ഏറെക്കാലമായി: പെദ്രൊ പ്രാഡൊ, മരിയാഗൊ ലടോര്‍.

ഇവരുടെ പേര് എന്റെ സ്മരണയില്‍ വ്യത്യസ്തമായ പ്രതിധ്വനിയാണ് ഉളവാക്കുന്നത്.

മരിയാഗൊ ലടോറുമായി അടുത്ത സൗഹൃദം പുലര്‍ത്താ നുള്ള അവസരം എനിക്ക് ഉണ്ടായിരുന്നില്ല. നമ്മുടെ രാഷ്ട്ര രൂപീകരണവുമായി ആ മഹാനായ സാഹിത്യകാരന് ഉണ്ടായിരുന്ന ബന്ധം തിരിച്ചറിയുകയും ആസ്വദിക്കുകയും ചെയ്തിരുന്നു എന്നു മാത്രം. ഒരു ദേശീയ സാഹിത്യകാരന്‍ ശരിക്കും ആരാധ്യപുരുഷ നാണ്. ആര്‍ക്കും അത്തരം ആളെ അവഗണിക്കാന്‍ ആവുകയില്ല. അദ്ദേഹത്തിന്റെ കൃതികളുടെ മൂല്യനിര്‍ണയത്തില്‍ വ്യത്യസ്തമായ പ്രതികരണം കണ്ടേക്കാം. പുതിയ തലമുറ അവയോട് താല്‍പര്യ ക്കുറവ് പുലര്‍ത്തുന്നുണ്ടാകാം. ഉപരിപ്ലവമായ കാഴ്ചപ്പാടുള്ള നിരൂപകന്മാര്‍ അസൂയ പ്രദര്‍ശിപ്പിച്ചേക്കാം.

ലടോറിന്റെ അലക്ഷ്യവും നിര്‍വികാരവുമായ മുഖം എന്റെ ഓര്‍മ്മയിലുണ്ട്. ഒരു മഹാനായ മനുഷ്യന്റെ ചെയ്തികളുടെ

---

* ചിലി സര്‍വകലാശാലയുടെ കലാ-സാഹിത്യ വകുപ്പ്, വിശിഷ്ടാംഗത്വം നല്‍കി ആദരിച്ചപ്പോള്‍ നെരൂദ ചെയ്ത പ്രസംഗം (1962 മാര്‍ച്ച് 30)

വിലയിരുത്തലിൽ നിസാരമായ പലതും നാം അവഗണിക്കണം. ലടോർ വലിയ മനുഷ്യനായിരുന്നു.

നമ്മുടെ നാടിന്റെ അക്ഷയമായ ആത്മവത്തയുമായി നമ്മെ അടുപ്പിക്കുന്നതിൽ കാണിച്ച ദൃഢനിശ്ചയമാണ് മരിയാഗൊ ലടോറിന്റെ വിശിഷ്ട ഗുണം. അദ്ദേഹത്തിന്റേതിൽ നിന്ന് വ്യത്യസ്തമായ വീക്ഷണത്തിലാണ് ഞാൻ സമൂഹത്തെ കാണുന്നത്. സാഹിത്യപ്രവർത്തനത്തെ സംബന്ധിച്ച് വ്യത്യസ്തമായ നിലപാടാണ് എനിക്കുള്ളത്. മരിയാഗൊ ലടോറിയുടെ ആവിഷ്കരണ രീതിയിൽ നിന്ന് അകലം പാലിക്കുന്നതാണ് എന്റെ മട്ട്. എങ്കിലും നമ്മുടെ രാഷ്ട്രത്തിന്റെ ആരംഭദശയിൽ, അദ്ദേഹം നൽകിയ അക്ഷീണവും അന്തസാർന്നതുമായ ശ്രമങ്ങൾക്ക് ഞാൻ ആദരം അർപ്പിക്കുന്നു.

പെദ്രൊ പ്രാഡൊവിന്റെ അഗാധമായ സ്വാധീനം മറ്റൊരു മട്ടിലുള്ളതാണ്. എന്നെ ബാധിച്ച പ്രാദേശികമായ ദുർഗ്രഹത ഇല്ലാത്ത, പ്രതിഭയുടെ അടയാളം ഞാൻ ആദ്യമായി കണ്ട ചിലിയൻ എഴുത്തുകാരനാണ് പ്രാഡൊ. ആളുകളും ആചാരങ്ങളും പ്രകൃതി വിവരണവും എല്ലാം ഒന്നിനു പിന്നാലെ മറ്റൊന്നായി തട്ടും തടവുമില്ലാതെ കടന്നുവരുന്ന അദ്ദേഹത്തിന്റെ സംഭാഷണരീതി ആകർഷകമായിരുന്നു. സ്വന്തം ജീവിതകാലത്ത് അദ്ദേഹം പണിത, മാറിക്കൊണ്ടിരുന്ന, ഒരിക്കലും പൂർത്തിയാകാത്ത ആ മാന്ത്രിക ക്കൊട്ടാരത്തിന്റെ അടിത്തറ സംവേദനക്ഷമവും അഗാധവുമായിരുന്നു.

മഴ തലതല്ലിപ്പെയ്യുന്ന തെക്കൻദേശക്കാരനാണ് ഞാൻ. ഒറ്റ വാക്കിൽ ഉത്തരം പറയുന്ന സംസാരരീതിയാണ് എന്റേത്. മിണ്ടാട്ട മില്ലായ്മയാണ് ഞാൻ കുട്ടിക്കാലത്ത് ശീലിച്ചത്. പ്രകൃതിയെ ആഴത്തിലും അടുത്തും അറിഞ്ഞ, തത്ത്വചിന്തയുടെ വിചാര സഞ്ചാരം കലർന്ന പെദ്രൊവിന്റെ സംഭാഷണരീതി, ആളുകളും സമൂഹവുമായി അടുത്തിടപഴകാനും അറിവ് കൈമാറാനും എന്നെ പഠിപ്പിച്ചു.

ഏകാന്തതയും സംസാരവുമായി ബന്ധപ്പെട്ടതാണ് തെക്കൻ ദിക്കുകാരനായ എന്റെ ലജ്ജാശീലം. എന്റെ ആളുകളും രക്ഷിതാ ക്കളും അയൽക്കാരും അമ്മായിമാരും അമ്മാവൻമാരും കൂട്ടുകാരും ആവശ്യത്തിനു മാത്രം സംസാരിക്കുന്നവരായിരുന്നു. എന്റെ കവിതയെഴുത്തിന്റെ കാര്യം ഞാൻ എല്ലാവരിൽ നിന്നും ഒളിച്ചു വെച്ചു. നിത്യജീവിതത്തിന് അത്യാവശ്യമായതിന് അപ്പുറത്തേക്ക് സംഭാഷണരീതിയോ വിഷയമോ കൊണ്ടുപോകുന്നതിൽ തെക്കൻ ദേശത്തെ യുവാക്കൾ വിമുഖരായിരുന്നു. ഞാനാവട്ടെ എന്റെ ആശയങ്ങൾ മനുഷ്യസഹവാസമില്ലാത്ത മാരകമായ അറകളിൽ സൂക്ഷിച്ചുവെച്ചു. എന്റെ ദേശാന്തര യാത്രക്ക്– കവിതയെഴുത്തിന്–

ഉപയോഗിക്കാൻ. കാലാവസ്ഥ, ഭൂമിശാസ്ത്രം, ആളുകൾ അധിക മില്ലാത്ത വിശാലത എന്നിവ മാത്രമല്ല എന്റെ സംസാരസാമർഥ്യ ക്കുറവിനു കാരണം. വർഗവിഭജനത്തിന്റെ മറികടക്കാനാവാത്ത വേലിക്കെട്ടും ഉണ്ടായിരുന്നു. സജീവവും ആകർഷകവും മൗലിക വുമായ ചിന്താശേഷി ഉണ്ടായിരുന്ന പ്രാഡൊ, ഉന്നത-മധ്യ വർഗത്തെ, സ്വാധീനിച്ചു. അസാധാരണമായ ഒരു തലമുറയുടെ നേതാവായിരുന്ന പെഡ്രൊ പ്രാഡൊവിനെക്കാൾ പ്രായം കുറഞ്ഞ വനായിരുന്നു ഞാൻ. എന്റെ ഏകാന്തതയുടെ മുകളിൽ അപ്പുറം കടക്കാൻ അദ്ദേഹം പാലം പണിതു. ഓരോ സ്ഥലത്തും ഓരോ സമയത്തും അദ്ദേഹം പ്രദർശിപ്പിച്ച പ്രതിഭയുടെ പ്രകാശം എനിക്ക് സ്വപ്നം കാണാൻ കഴിയുന്നതിനും അപ്പുറത്തായിരുന്നു.

എന്നാലും പ്രാഡൊവിന്റെ എല്ലാ രചനകളുടെയും വ്യക്തി ത്വത്തിന്റെ എല്ലാ വശങ്ങളുടെയും ആരാധകനല്ല ഞാൻ. എന്റെ സാഹിത്യകാരന്മാരായ സുഹൃത്തുക്കളോ ഞാനോ സാഹിത്യ ഘാതകരുടെ ഭാഗം അഭിനയിക്കാൻ ഉദ്ദേശിക്കുന്നില്ല. ഞാൻ എഴുത്തു തുടങ്ങിയകാലത്ത് വിഗ്രഹഭഞ്ജനം പതിവുണ്ടായി രുന്നില്ല. എഴുത്തുകാരുടെ പൊങ്ങച്ചത്തിന് അലങ്കാരമാണ് കൊലയാളി ചമയൽ. കാളിദേവതയുടെ സംഹാരക്രിയയിൽ നിന്ന് താൻ ഒരുത്തൻ മാത്രമേ രക്ഷപ്പെടാവു എന്നാണ് ഓരോ എഴുത്തു കാരന്റെയും ആഗ്രഹം.

എന്റെ തലമുറയിലെ സാഹിത്യകാരന്മാർ, പഴയ തലമുറ യിലെ ആളുകളോട് വളരെയധികം കടപ്പെട്ടിരിക്കുന്നു. എഴുതിത്തുട ങ്ങുന്നവരോട് ഉദാരത പുലർത്തുന്ന പതിവാണ് അന്ന് ഉണ്ടായിരു ന്നത്. നമ്മുടെ മൂന്നു മഹാസാഹിത്യകാരന്മാരോട്, വീട്ടാൻ കഴിയാത്ത കടപ്പാട് ഉള്ളവനാണ് ഞാൻ. ആദ്യം പറയേണ്ട പേർ പെഡ്രൊ പ്രാഡൊവിന്റേതാണ്. എന്റെ ഒന്നാമത്തെ കൃതി *ക്രപുസ്കുലാനിയോ (അന്തിവെളിച്ചം)* മിനെപ്പറ്റി, പ്രശാന്തവും വിദഗ്ധവുമായ അഭിപ്രായം എടുത്തെഴുതിയത് കടലിലെ പ്രഭാതദർശനം പോലെ അനുഭവപ്പെട്ടു. വൈരുധ്യം വിളിച്ചു വരുത്തുന്നവനെങ്കിലും നമ്മുടെ പ്രഗൽഭ വിമർശകനായ എലോൺ ആണ് എന്റെ ആദ്യപുസ്തകത്തിന്റെ അച്ചടിക്കൂലി കൊടുത്ത് അച്ചുകൂടക്കാരന്റെ കെണിയിൽ നിന്ന് വിടുതൽ നേടാൻ എന്നെ പണം കടം തന്ന് സഹായിച്ചത്. ഒന്നിലേറെ തവണ ഞാൻ മുമ്പ് അനുസ്മരിച്ച ഒരു കാര്യം വീണ്ടും എടുത്തുപറയട്ടെ. എന്റെ *മിയന്റെ പൊയംസ് ഡി അമൊർ* എന്ന കൃതിയുടെ പ്രസിദ്ധീകരണ കാര്യം ഡോൺ കാർലോസ് ജോർജ് നാസിമന്റെവിനോട് ശക്തിയായി ശുപാർശ ചെയ്തത്, എഡ്വേർഡൊ ബാരിയോസ്[1]

---

1. എഡ്വേർഡൊ ബാരിയോസ് (1884–1963) ചിലിയൻ സാഹിത്യകാരൻ

ആയിരുന്നു. ഡോൺ കാർലോസ് എന്നെ സമീപിച്ച് മൃദുസ്വരത്തിൽ ഞാൻ പ്രസിദ്ധീകരണയോഗ്യനായ കവിയാണെന്ന് പ്രഖ്യാപിച്ചു. "വളരെ നല്ലത്. നിങ്ങളുടെ ചെറിയ കൃതി ഞങ്ങൾ പ്രസിദ്ധ പ്പെടുത്തും."

പ്രാഡൊവിനോട് എനിക്കുള്ള വിയോജിപ്പ് ജീവിത വീക്ഷണ ത്തിലെ വ്യത്യാസമാണ്. ചില അടിസ്ഥാനപ്രശ്നങ്ങളേക്കാൾ സാഹിത്യബാഹ്യമായ കാര്യങ്ങളാണ് വിയോജപ്പിന് കാരണം. എന്റെ തലമുറയിലെ ഏറെപ്പേരും അവരുടെ മൂല്യങ്ങൾ ഉറപ്പി ച്ചിരിക്കുന്നത് സാഹിത്യത്തിന് മുകളിലോ അകലെയോ ആണ്. പുസ്തകങ്ങൾക്ക് അവർ ഒരു നിശ്ചിതസ്ഥാനമാണ് കല്പിച്ചിരി ക്കുന്നത്. ഞങ്ങൾക്ക് തെരുവോരങ്ങളാണ് പ്രിയം. അടുപ്പുപുക ഉയരുന്ന ഇടയ്ക്കുടിൽ അടങ്ങിയ പ്രകൃതിദൃശ്യവും ഇഷ്ടമാണ്. വൽപറൈസോ തുറമുഖത്തിലെ കാഴ്ചകൾ കാണാനുള്ള കൗ തുകം തടയാനാവാത്തതത്രെ. യൂണിയൻ യോഗങ്ങളിലെ പ്രക്ഷു ബ്ധതയും രസം തന്നെ.

ജീവിതത്തിൽ നിന്ന് പാലിക്കുന്ന അകൽച്ചയാണ്, പ്രാഡൊ വിന്റെ പോരായ്മയായി ഞങ്ങൾ കാണുന്നത്. ജീവിതത്തിന്റെ അടിയന്തരപ്രശ്നം അവഗണിച്ച് അതിന്റെ അന്തഃസത്തയെപ്പറ്റി അന്തമില്ലാത്ത ധ്യാനത്തിൽ മുഴുകുന്ന രീതി.

ഒരു യുവാവ് എന്ന നിലയിൽ, എനിക്ക് എന്തോ ധാരാളിത്ത ത്തോട് ഇഷ്ടം തോന്നുന്നത് നിർബന്ധിത ലഘുജീവിതചര്യ യോടുള്ള കഠിനമായ വിരോധമാണ്. തീവ്രവിരക്തിയും സുഖാ സക്തിയും തമ്മിലുള്ള സംഘർഷം ഞങ്ങൾ പ്രാഡൊവിൽ ദർശിക്കുന്നു. ആത്മീയ ജീവിതത്തിന്റെ ഉന്നതമായ അൾത്താരയിൽ സമർപ്പിക്കപ്പെട്ടതായിരുന്നു പെദ്രാ പ്രാഡൊവിന്റെ ജീവിതമെന്ന് നിസംശയം പറയാം. അദ്ദേഹത്തിന്റെ വ്യക്തിജീവിതത്തിന്റെ വിശദാംശങ്ങളുമായി നമുക്കു വേണ്ടത്ര പരിചയമില്ല. പ്രശ്നങ്ങ ളുടെ നിഗൂഢതയോ മാനസികയാതനയോ നമുക്ക് അന്യവുമത്രെ.

അദ്ദേഹത്തിന്റെ അസംതൃപ്തി, അലക്ഷ്യമായ അശാന്തി യായി അദ്ദേഹത്തിന്റെ കൃതികളിൽ നിഴലിച്ചു കാണാം. നില നിൽപ്പിനെ നിർബന്ധപൂർവം ചോദ്യം ചെയ്യുന്നതിൽ അത് കലാ ശിക്കുന്നു. അപ്പോളിനേൽ, സ്റ്റീഫൻ മല്ലാർമ എന്നിവരെ അനുക രിച്ചുകൊണ്ട്, വാക്യാരംഭത്തിൽ വലിയ അക്ഷരവും ചിഹ്നങ്ങളും ഉപേക്ഷിച്ചുകൊണ്ടാണ് ഞങ്ങൾ ആദ്യം പുസ്തകങ്ങൾ പ്രസിദ്ധീ കരിച്ചിരുന്നത്. കത്തുകൾ എഴുതിയതും അങ്ങനെതന്നെ. ഒറ്റ പൂർണവിരാമമോ അൽപ്പവിരാമമോ ഇല്ലാതെ അച്ചടിച്ച എന്റെ *ടെന്റ്റ്റീവാ ഡൽ ഹോംബർ ഇൻഫിനിറ്റോവിന്റെ* കോപ്പികൾ ഇപ്പോഴും കണ്ടെക്കാം. ഫ്രെഞ്ചു രീതി അനുകരിക്കുന്ന യുവകവികൾ 1961-ൽ ഉണ്ട് എന്നത് എന്നെ അത്ഭുതപ്പെടുത്തുന്നു. പഴയ

പതിവിന് പ്രായശ്ചിത്തമെന്നോണം, പദങ്ങൾ ഒഴിവാക്കി ചിഹനങ്ങൾ മാത്രം ചേർത്തുകൊണ്ട് ഒരു കവിതാപുസ്തകം പുറത്തിറക്കാൻ ഞാൻ ഉദ്ദേശിക്കുന്നു.

എന്തൊക്കെ ആയാലും പെഡ്രോ പ്രാഡൊവിന്റെ പ്രശസ്തി യുടെ ഗോപുരത്തെ ഇളക്കിമാറ്റാനാവാത്ത വിധമാണ് സാഹിത്യ രംഗത്തുണ്ടായ പുതിയ അലകൾ അകന്നുപോയത്. അദ്ദേഹ ത്തിന്റെ മൂല്യങ്ങൾ മറ്റുള്ളവരും ഉൾക്കൊള്ളുകയാണ് ഉണ്ടായത്. മറ്റുള്ള പത്തു പേരുടെ വില അദ്ദേഹം ഒറ്റയാൾക്കുണ്ട്.

ഇതേ കാലത്താണ് ഗദ്യസാഹിത്യത്തിലെ പിക്കാസോ എന്ന് വിശേഷിപ്പിക്കാവുന്ന *റമോൺ ഗോമസ് ഡി ലസർന*, ആമസോൺ പ്രവാഹം പോലെ ആർത്തലച്ച് പ്രത്യക്ഷപ്പെട്ടത്. ഉപദ്വീപിലെ നഗരങ്ങൾ മുഴുവൻ ആ ഒഴുക്കിൽ കടലിലേക്ക് ചെന്നതുപോലെ യായി. കാലത്തിനു ചേരാത്ത മാർച്ചട്ടകൾ, ഉപക്രമങ്ങൾ, വിശുദ്ധാ വശിഷ്ടങ്ങൾ, പ്രഭുക്കളുടെ താടി അങ്ങനെ പലതും കണ്ണഞ്ചി ക്കുന്ന മന്ത്രവേഗതയിൽ ഒഴുകി അപ്രത്യക്ഷമായി.

പിന്നെ, ഫ്രാൻസിൽ നിന്ന് സർറിയലിസത്തിന്റെ വരവായി. നമ്മുടെ ഒരൊറ്റ കവിയേയും ഈ പ്രസ്ഥാനം സ്വാധീനിച്ചില്ല എന്നതാണ് സത്യം. എന്നിട്ടും പാരീസിലെ തെരുവിൽ കോലാഹല ത്തിന് കുറവുണ്ടായില്ല. സർറിയലിസം ഫലപ്രദമായിരുന്നു. അതിനെ ആദരിക്കേണ്ടതുമാണ്. പ്രചണ്ഡമായ ധിക്കാരത്തോടെ, ചീത്ത പെയിന്റിങ്ങുകളിൽ അത് തുളകൾ വീഴ്ത്തി. മോണാ ലിസയുടെ മുഖത്ത് മീശ വരച്ചു ചേർത്തു. അത് അത്യാവശ്യ മാണെന്ന് ആരും അംഗീകരിക്കും. സർറിയലിസം ചില പ്രതിമകളെ പാദപീഠങ്ങളിൽ നിന്ന് വലിച്ച് താഴെയിടുകയും ചെയ്തു.

എന്നാൽ പ്രാഡൊവിനെ ജീവിതത്തിലേക്ക് ആകർഷിക്കാൻ സർ റിയലിസത്തിനും സാധിച്ചില്ല, സ്വന്തം കിണറിനുള്ളിലേക്ക് അദ്ദേഹം കുഴിച്ചിറങ്ങി. അതിലെ വെള്ളം കൂടുതൽ ഇരുണ്ടതും ശബ്ദരഹിതവുമായി. കിണർ കുഴിച്ചു ചെന്നാൽ അദ്ദേഹത്തിന് ആകാശം കാണാനൊക്കില്ല. നക്ഷത്രത്തിളക്കവും കാണാനില്ല. മണ്ണുമാത്രം. എല്ലാ കിണറിന്റെ അടിയിലും മണ്ണുമാത്രമേയുള്ളൂ. യാത്രയുടെ അന്ത്യം അതാകരുത്. വ്യോമസഞ്ചാരി സ്വന്തം ഭൂമിയിലേക്കും വീട്ടിലേക്കും മടങ്ങിവന്നാലേ മനുഷ്യനാകാൻ പറ്റുകയുള്ളൂ.

*അൻ ജുവസ് റുറൽ (നാടൻ ന്യായാധിപൻ)*എന്ന പ്രാഡ്രോ വിന്റെ മഹത്തായ കൃതിയുടെ അവസാനത്തെ അധ്യായം ഇപ്പറഞ്ഞ കിണറ്റിൽ ആണ്ടു പോയിരിക്കുന്നു. വെള്ളത്തിന്റെ ഇളക്കം കൊണ്ടു മാത്രമല്ല, രാത്രിയിലെ ഭൂമി കാരണവും അത് ഇരുളിൽ അകപ്പെട്ടു പോയി.

ഭൗതികാതീതമായ പ്രവണത നമ്മുടെ കവിത പ്രകടിപ്പിക്കു ന്നുണ്ട് എന്ന് നമുക്കു കാണാം. ഞാൻ അത് നിഷേധിക്കുന്നില്ല. ഇതിന് അമിതമായ പ്രാധാന്യം കല്പിക്കുന്നുമില്ല. നിരൂപക-സൗന്ദര്യ വീക്ഷണം വെച്ചല്ല എന്റെ വിയോജിപ്പ്. അത് എന്റെ സർഗാത്മകതയുടെ പ്രശ്നമാണ്; ഭൂമിശാസ്ത്രഘടകവുമുണ്ട്.

ഇത്തരത്തിലുള്ള ഏകാകിത മറ്റു കവികളിലും കാണാം. പെദ്രോ അന്തോണിയാ ഗൊൺസാലസ്, മൊണ്ടാക്ക, മാക്സ് ജാറ, ജോർജ് ഹബ്ന ബസനില്ല, ഗബ്രിയേൽ മിസ്ത്രാൽ എന്നിവരെല്ലാം അതു പ്രകടിപ്പിക്കുന്നു.

ഇതിനകം ആവിഷ്കരിച്ചു കഴിഞ്ഞ ഇതിവൃത്തത്തിൽ നിന്നും നമ്മുടെ ഭൂമിശാസ്ത്രസവിശേഷതകളിൽ നിന്നും പ്രക്ഷുബ്ധമായ അഗ്നിപർവതങ്ങളുടെയും കടലിടുക്കുകളുടെയും പ്രത്യേകത കളിൽ നിന്നും യാഥാർഥ്യങ്ങളിൽ നിന്നും എല്ലാമുള്ള ഒളിച്ചോട്ട മാണ് ഈ കവികളുടെ ലക്ഷ്യമെങ്കിൽ അക്കാര്യം വിശദമായി ചർച്ച ചെയ്യപ്പെടേണ്ടതുണ്ട്. നിരൂപകർ ദൂരദർശിനിയും തോക്കിൻ കുഴലുമായി നമ്മൾ കവികളെ കാത്തിരിപ്പാണ്.

പകുതി ഏകാകികളായി നാമെല്ലാം അഭിനയിക്കുന്നു എന്നതാണ് വാസ്തവം. അർധകോളനി വ്യവസ്ഥയാണ് നമ്മുടെ സമൂഹത്തിൽ പുലരുന്നത്. പ്രകൃതിയുടെ ചൈതന്യം കൊണ്ടും നഗരങ്ങളിലെ ഒറ്റപ്പെടൽകൊണ്ടും നമ്മുടെ ശബ്ദം മൂകമാക്ക പ്പെടുന്നുണ്ട്.

ഇത്തരം ഭാഷയും സമീപനരീതിയും നമ്മുടെ രാജ്യത്തിലുള്ള പലരും വെച്ചു പുലർത്തുന്നുണ്ട്. ആ ഭാഷയിലും രീതിയിലും അസന്ദിഗ്ധമാം വിധം ഒരുതരം അമർഷവും വിഷാദവും ആവേ ശവും ആവിഷ്കരിക്കപ്പെടുന്നുമുണ്ട്.

ഇത്തരം ഭാഷ വലിയൊരു അളവോളം സംഘർഷത്തിന് പരിഹാരം കാണുന്നില്ല. കാരണം അത് അത്തരം പ്രശ്നത്തെ അഭിമുഖീകരിക്കുന്നില്ല. അതിന് കാരണം പ്രശ്നത്തെക്കുറിച്ചുള്ള അജ്ഞതയാണ്. പെദ്രോ പ്രാഡൊവിന്റെ അസ്വസ്ഥതയുടെ കാരണം ഇതത്രെ.

ഈ പോരായ്മകളും ഈ വൈരുധ്യങ്ങളും ഈ പരീക്ഷണ ങ്ങളും ഈ ദുർഗ്രഹതകളും - ആവശ്യത്തിന് ആശയവ്യക്തത കൂട്ടിക്കലർത്തണം- എല്ലാം ചേർന്നാണ് ദേശീയ സാഹിത്യം രൂപപ്പെടുന്നത്. നമ്മുടെ മഹാ സാഹിത്യകാരനായ മരിയാഗൊ ലടോറിന്റെ കൃതജ്ഞതാർഹമായ പങ്ക് ഇതിൽ അടങ്ങിയിട്ടുണ്ട്.

കോളനി വാഴ്ചയുടെ എല്ലാ അടയാളങ്ങളും അവശേഷി ക്കുന്ന ഈ നാട്ടിൽ, സംസ്കാരം നിലനിൽക്കുന്നത് യൂറോപ്യൻ രീതിയിലാണ്. കലയുടെയും സാഹിത്യത്തിന്റെയും കാര്യവും

വിഭിന്നമല്ല. രാഷ്ട്രത്തിന്റെ ഉന്നതിക്കുവേണ്ടി ചെയ്യുന്ന എല്ലാ ശ്രമവും കൊളോണിയലിസത്തിന് എതിരായ പോരാട്ടമാണ്.

നമ്മുടെ ആദ്യത്തെ നോവലെഴുത്തുകാരൻ ഒരു കവിയായി രുന്നു: ഡൊൺ അലൻഡൊ ഡി എർസില്ല.[2] എർസില്ല പ്രേമഗായക നായിരുന്നു. മധ്യധരണ്യാഴിയിലെ നുരയിൽ നിന്ന് വീണ്ടും ഉയർന്നു വന്ന അഫ്രോഡൈറ്റ്[3] ദേവതയെ ആരാധിക്കുന്ന നവോത്ഥാന കവി. സ്പെയിനിൽ നിന്ന് ചിലിയിൽ എത്തിയ അദ്ദേഹത്തിന്റെ മനസ് പുനർജന്മം നേടി. കണ്ണുകൾ ഹർഷോന്മാദം കണ്ടെത്തി.

ലാ അറാക്കാനയിൽ മർത്ത്യവീര്യത്തിന്റെ ഇതിഹാസ വികാസം കാണാം. മാരകമായ പോരാട്ടത്തിൽ ഏർപ്പെട്ട നമ്മുടെ പിതാക്കന്മാരുടെ ധീരതയും യാതനയും കാണാം. പൈതൃക ത്തിന്റെ പുളകം ജനിപ്പിക്കുന്ന ചിത്രം കാണാം. നമ്മുടെ പക്ഷികൾ, സസ്യങ്ങൾ, ജലാശയം, ആചാരങ്ങൾ, ആഘോഷങ്ങൾ, വാമൊഴി കൾ, ഗോത്രം, അമ്പുകൾ, സുഗന്ധദ്രവ്യങ്ങൾ, മഞ്ഞ്, തിര— എല്ലാറ്റിനേയും പേരു പറഞ്ഞ് വർണിക്കുന്നു. നമുക്കു വരദാനം കിട്ടിയ ഈ നിധി നാം നിലനിർത്തുകയും പ്രചരിപ്പിക്കുകയും സംരക്ഷിക്കുകയും വേണം.

എന്നാൽ നാം എന്താണ് ചെയ്തത്?

കടന്നാക്രമണത്തിൽ നാം നമ്മെ നഷ്ടപ്പെടുത്തി.

നമ്മുടെ നിധി നഷ്ടമായി. വനം തീയിൽ വെന്തു നശിച്ചു. പണ്ടു പാട്ടു പാടിയിരുന്ന ഇടം വിട്ട് പക്ഷികൾ പാറിയകന്നു പോയി. വാമൊഴി, അന്യശബ്ദം കൊണ്ടു വികലമായി, പഴയ വേഷരീതി പെട്ടിയിൽ വെച്ചു പൂട്ടി. പാരമ്പര്യ നൃത്തം പുതിയതിന് വഴി മാറി.

ഒരു വേനൽക്കാല ദിവസം വൈകുന്നേരം പെട്ടെന്ന് എനിക്ക് പ്രാഡൊവിനെക്കണ്ട് സംസാരിക്കണം എന്നു തോന്നി. അദ്ദേഹ ത്തിന്റെ യുക്തിവിചാര കൗശലം എന്നെ വല്ലാതെ ആകർഷി ച്ചിരുന്നു. സംഭാഷണത്തിൽ ചേർക്കുന്ന സ്വാനുഭവതാൽപര്യവും നന്നായിരിക്കും. പ്രകൃതിയെയും മനുഷ്യനെയും നിരീക്ഷിച്ച് രൂപീകരിച്ച അഭിപ്രായങ്ങൾ അതിശയകരമായിരുന്നു. അറിവ് എന്നു പറയുന്നത് അവയൊക്കെ അല്ലേ? 'അറിവുള്ള മനുഷ്യർ' എന്ന എന്റെ നിർവചനത്തിന് ഇണങ്ങിയ വ്യക്തിയായിരുന്നു പ്രാഡൊ. അതിൽ വാസ്തവത്തേക്കാൾ അല്പം അന്ധവിശ്വാസം കലർന്നി രിക്കണം. കാരണം, ഞാൻ മുതിർന്നപ്പോൾ കൂടുതൽ കൂടുതൽ വിജ്ഞാനികളെ പരിചയപ്പെട്ടു. അഗാധമായ അറിവുള്ളവർ.

---

2. അലൻഡൊ എർസില്ല (1533– 1594) സ്പാനിഷ് ഇതിഹാസ കവി. ചിലി കീഴടക്കിയ സ്പാനിഷ് പടയിലെ സേനാനി, *ലാ അറോക്കാന* (സ്പാനിഷ് നവോത്ഥാന മഹാകാവ്യം) യുടെ കർത്താവ്

3. അഫ്രോഡൈറ്റ് – സൗന്ദര്യത്തിന്റെയും പ്രേമത്തിന്റെയും ഗ്രീക്കു ദേവത.

എന്നാലും അവരാരും പ്രാഡൊവിനേക്കാൾ എന്നെ സ്വാധീനിച്ചില്ല. അസാധാരണമായ പ്രതിഭയുടെ സാന്നിധ്യം അനുഭവപ്പെടുത്തി യില്ല. ആന്ദ്രെ മാൽറൊ[4] പോലും എന്നെ അത്ര ആകർഷിച്ചില്ല. ഫ്രാൻസിനും സ്പെയ്നിനും ഇടയിലെ മുരടൻ നിരത്തുകളിലൂടെ ഒന്നിലേറെ തവണ ഞാൻ മാൽറോവിനോടൊപ്പം സഞ്ചരിച്ചിട്ടുണ്ട്. കാർട്ടീഷ്യൻ[5] തത്വചിന്തയോടുള്ള അമിതഭ്രമത്തിൽ നിന്നു പുറപ്പെടുന്ന വാദം കേട്ടിട്ടുമുണ്ട്.

കുറേ കാലം കഴിഞ്ഞ് ഞാൻ പരിചയിച്ച ജ്ഞാനനിധിയായ സുഹൃത്ത് ഇലിയ എഹറൻ ബർഗ്, അളവറ്റ അറിവുകൊണ്ട് എന്നെ ആകർഷിച്ചിരുന്നു. സോവിയറ്റു രാഷ്ട്രത്തോടും ലോക സമാധാന ത്തോടും അദ്ദേഹം പുലർത്തിയ പ്രതിബദ്ധതയും ശ്രദ്ധേയ മായിരുന്നു.

അറിവുകൊണ്ട് അമ്പരിപ്പിച്ച, ജീവിതത്തിൽ അടുത്ത സൗഹൃദം സമ്മാനിച്ച മറ്റൊരു സുഹൃത്ത് ഫ്രാൻസിലെ അറഗൺ[6] ആയിരുന്നു. തട്ടും തടവുമില്ലാത്ത യുക്തിവാദപാടവം, നിശിതമായ വിശകലനകൗശലം, സംസ്കാരസമ്പന്നമായ പ്രതിഭാവിലാസം, പാരമ്പര്യത്തോടും വിപ്ലവത്തോടും പുലർത്തിയ പ്രതിബദ്ധത എന്നിവകൊണ്ട് അനുഗൃഹീതനായിരുന്നു അറഗൺ. വാദഗതിക്കിട യിൽ ചിലപ്പോൾ അദ്ദേഹം പൊട്ടിത്തെറിക്കുമായിരുന്നു. ആ പൊട്ടിത്തെറി സമരോത്സുകതയുടെ അടയാളമായിരുന്നു. ഏറ്റവും അപായകരമായ വൈദ്യുതപ്രവാഹം പുറപ്പെടുവിക്കാൻ സജ്ജമായ കാന്തികധ്രുവത്തിന്റെ പ്രതീതിയാണ് അദ്ദേഹത്തിന്റെ പെട്ടെന്നുള്ള കോപപ്രകടനം ഉളവാക്കുക.

ജ്ഞാനകുതുകികളായ എന്റെ സുഹൃത്തുക്കളിൽ പെദ്രൊ പ്രാഡൊവിന്റെ ഓർമ്മ എന്റെ മനസിലുണ്ട്. നിഴലും വെളിച്ചവും നിറഞ്ഞ പ്രകൃതിദൃശ്യം സദാ പ്രതിഫലിപ്പിക്കുന്ന വലിയ നീല നിലക്കണ്ണാടി, നിറഞ്ഞു കവിയുമ്പോഴും സമതുലനം വിടാത്ത യുക്തിയുടെ നിറചഷകം– അതായിരുന്നു അദ്ദേഹം.

അന്നു വൈകുന്നേരം ഞാൻ മാടുകാനാ തെരുവ് മുറിച്ചു കടന്നു. പ്രാഡൊവിന്റെ തറവാട്ടു വീട് സ്ഥിതി ചെയ്യുന്ന പൊടി പടലം നിറഞ്ഞ പ്രാന്തപ്രദേശത്തേക്ക് ഇളകിയാടുന്ന തള്ളു വണ്ടിക്ക് അരികിൽ ഞാൻ ചെന്നു. ആ വീടുമാത്രമായിരുന്നു ആ സ്ഥലത്തെ ഏറ്റവും മാന്യമായ ഒരേയൊരു കെട്ടിടം. ചുറ്റുപാടും ദാരിദ്ര്യത്തിന്റെ അടയാളങ്ങൾ. ഞാൻ നിലത്തു ചവിട്ടി നടന്നു.

---

4. ആന്ദ്രെ മാൽറൊ (1901) – ഫ്രഞ്ച് നോവലിസ്റ്റ്, നിരൂപകൻ.

5. കാർട്ടീഷ്യൻ – ഡക്കാർട്ടിന്റെ (1596 – 1650) തത്വചിന്ത, ഡക്കാട്ട് – ഫ്രഞ്ച് ദാർശ നികനും ഗണിതശാസ്ത്രജ്ഞനും.

6. ലൂയി അറഗൺ (1891) ഫ്രഞ്ച് നോവലിസ്റ്റ്,കവി, പത്രപ്രവർത്തകൻ

പ്രധാന ജലധാരയുടെ പരിസരം പൊഴിഞ്ഞുവീണ ഇലകൊണ്ടു മൂടിയിരിക്കുന്നു. കവിയുടെ ഏകാന്ത ഗാംഭീര്യം സൂചിപ്പിക്കുന്ന ആലങ്കാരികമായ അന്തരീക്ഷം എന്നെ ആവരണം ചെയ്യുന്നതായി അനുഭവപ്പെട്ടു. അതിനോടൊപ്പം ഏതോ പരിമളവും പരക്കുന്ന തായി തോന്നി. ചിലിയിലെ മലയിടുക്കുകളിൽ വളരുന്ന വരാക്കൊ എന്ന വാസനച്ചെടിയിൽ നിന്നായിരുന്നു ആ ഗന്ധം വമിച്ചത്. മൃഗ ചർമങ്ങൾക്കുള്ളിൽ കുത്തി നിറച്ച് ജീവനുള്ള പോലത്തെ ആകൃതി വരുത്തുന്ന കൈവേലക്കാരുടെ അടുത്ത് ആ ചെടി കാണാം. അതിനകം അമ്പരപ്പ് അനുഭവപ്പെട്ടു തുടങ്ങിയ ഞാൻ വാതിലിൽ മുട്ടി. വീട് വിജനമാണെന്നു തോന്നി. നിശ്ശബ്ദത നിറഞ്ഞു നിൽക്കുന്നു.

കനത്ത വാതിൽ ഇളകിത്തുറന്നു. പകുതി ഇരുളടഞ്ഞ പ്രവേശനമാർഗത്തിൽ ആരെയും കണ്ടില്ല. ഇളകുന്ന ചങ്ങല ക്കിലുക്കം കേട്ടതായി തോന്നി. നിഴൽ നിറഞ്ഞ വഴിയിൽ നിന്നിരുന്ന പൊയ്മുഖം വെച്ച ഒരു രൂപം എന്റെ നെറ്റിയുടെ നേരെ, പേടി പ്പെടുത്തുന്ന നീണ്ട വിരൽ ചൂണ്ടി, പ്രാഡൊവിന്റെ വിശാലമായ മുറിയിലേക്ക് എന്നെ നയിച്ചു. ആ മുറി എനിക്ക് പരിചിതമായിരുന്നു. എങ്കിലും അന്ന് അവിടം ആകെ മാറിയതായി തോന്നി. ഞാൻ നടക്കാൻ ആരംഭിച്ച നിമിഷം, ഒരു കുറിയ രൂപം എന്നെ പിന്തുടർന്നു. അയഞ്ഞ കുപ്പായവും മുഖംമൂടിയും അണിഞ്ഞിരി ക്കുന്നു. മണ്ണു നിറച്ച, തുമ്പ കൈയിൽ എടുത്ത് അല്പം കുനി ഞ്ഞാണ് നടത്തം. ഞാൻ നടക്കുമ്പോൾ എന്റെ ഓരോ കാൽ പ്പാടിലും മണ്ണ് തൂവുന്നു. ആ വലിയ മുറിയുടെ നടുവിൽ ഞാൻ നിശ്ചലനായി നിന്നു. പുറത്ത് സന്ധ്യ മയങ്ങുകയായിരുന്നു. സാന്തിയാഗോവിന്റെ ആ പഴഞ്ചൻ പരിസരമാകെ അന്തിവെളിച്ച ത്തിൽ മുങ്ങി.

ഒഴിഞ്ഞ മുറിയിൽ ഞാൻ കണ്ണോടിച്ചപ്പോൾ, സിംഹാസന തുല്യമായ പത്തോ പന്ത്രണ്ടോ ഇരിപ്പിടങ്ങൾ ചുമരരികിൽ നിരത്തി യിട്ടതു കണ്ടു. അയഞ്ഞ കുപ്പായവും മുഖംമൂടിയും അണിഞ്ഞ രൂപങ്ങൾ അവയിൽ ചടഞ്ഞിരിപ്പാണ്. മരവിച്ച പൊയ്മുഖം കാട്ടി മൂകരായി അവർ എന്നെ തുറിച്ചു നോക്കുന്നു. നിശ്ശബ്ദത നിറഞ്ഞ നിമിഷങ്ങൾ നീങ്ങി. കിനാവു കാണുകയല്ലേ എന്ന് ഞാൻ സംശയിച്ചു. അല്ലെങ്കിൽ വീടു മാറിക്കയറിയതാകാം. അല്ലെങ്കിൽ അദ്ഭുതം നിറഞ്ഞ മറ്റെന്തെങ്കിലും വിശദീകരണം വേണം.

പേടിയോടെ ഞാൻ പിൻവാങ്ങാൻ തുടങ്ങി. അന്നേരം അക്കൂട്ടത്തിൽ പെട്ടെന്ന് ഒരാളെ തിരിച്ചറിഞ്ഞു. അടങ്ങാത്ത കുസൃതിയുള്ള കവി ഡീഗൊ ഡബിൽ ഉറുഷ്യ. മുഖംമൂടിയില്ലാതെ തുറിച്ചുനോക്കുകയാണ്. എന്തോ ഗോഷ്ഠി കാട്ടി ചിരിക്കുന്ന അവസ്ഥ. വലത്തെ ചൂണ്ടുവിരൽ മൂക്കിനു നേരേ ഉയർത്തിയിട്ടുണ്ട്.

എവിടെയോ എപ്പോഴോ നടക്കുന്ന നിഗൂഢമായ അനുഷ്ഠാന ത്തിൽ, അബദ്ധത്തിൽ, അകപ്പെട്ടുപോയതായി എനിക്കു തോന്നി. മാന്ത്രികവിദ്യയാകാം അവിടത്തെ പ്രമാണം. അത് അനുഷ്ഠിക്കുന്ന വർ വിജനമായ പാർക്കിന്റെ അഗാധതയിൽ ഒത്തു ചേരുന്ന സ്വപ്നാ ടകരും.

വിറച്ചു കൊണ്ട് ഞാൻ വീടു വിട്ടിറങ്ങി. അസാധാരണമായ അവസ്ഥയിൽ ഇരിക്കുന്ന കാഴ്ചക്കാർ എന്നെപോകാൻ അനു വദിച്ചു. കുറിയ കോമാളി രൂപം വാതിൽക്കലോളം വന്ന് കാല്പാടു കളിൽ തുമ്പ കൊണ്ട് മണ്ണുകോരിയിട്ടു.

ആ അവിസ്മരണീയമായ ആചാരം അനുസ്മരിക്കാതെ പ്രാഡൊവിനെപ്പറ്റി സംസാരിക്കാൻ സാധ്യമല്ല.

അന്നന്നത്തെ അപ്പത്തിനുവേണ്ടി കഷ്ടപ്പെടുന്നത് എങ്ങനെ എന്നറിയാൻ പെഡ്രൊ പ്രാഡൊവിന്ന് അവസരം ഉണ്ടായിരുന്നില്ല. അതുകൊണ്ട് സാഹിത്യപ്രവർത്തനത്തിന് അതൊരു വരദാനമായി. അത്തരം സാമൂഹ്യവിഭാഗത്തിലാണ് അദ്ദേഹം പിറന്നത്. ജീവിത കാലത്ത് ആ ഉയർന്ന പദവിക്ക് കോട്ടവും തട്ടിയിരുന്നില്ല. അദ്ദേഹ ത്തിന്റെ പഴയ കുടുംബവസതിയിലേക്കു ചെല്ലുന്ന തെരുവുപാത, വർഷങ്ങളോളം മണ്ണും പൊടിയും നിറഞ്ഞുകിടന്നു.

ആ അസാധാരണമായ ഇടത്ത്, ഒരിക്കൽ ഞാൻ അപൂർവ സന്ദർശനം നടത്തിയപ്പോൾ, ചുറ്റുമുള്ള ഇരുമ്പ് വേലി നീക്കം ചെയ്തതായി കണ്ടു. അടുത്ത തെരുവുകളിലെ നൂറുകണക്കിന് പാവപ്പെട്ട കുട്ടികൾ ആ പ്രഭു മന്ദിരത്തിലെ മുറികൾ കൈയടക്കിയ തായി കണ്ടു. ഇപ്പോൾ അവിടെ ഒരു വിദ്യാലയം പ്രവർത്തിക്കു ന്നുണ്ട്.

നാൽപ്പതു വർഷത്തെ എന്റെ സാഹിത്യ ജീവിതത്തെപ്പറ്റി വിമർശനപരമായ ആത്മപരിശോധനയാണ് എന്റെ പ്രഭാഷണ ത്തിന്റെ മറ്റൊരു സാധ്യത- എന്റെ സ്വന്തം നിഴലുമായി ഒരു കൂടിക്കാഴ്ച. കഴിഞ്ഞ വർഷത്തെ വസന്തം പോയതുപോലെ നാൽപ്പതു വർഷം കടന്നുപോയി. സാന്തിയാഗൊ തുറമുഖ പട്ടണ ത്തിലെ, സെലക്ട് പബ്ലിഷിങ്ങ് ഹൗസിലെ അച്ചടിമഷിയുടെ രൂക്ഷ ഗന്ധം തിങ്ങിനിറഞ്ഞ മുറിയിൽ കടന്നുചെന്നതും എന്റെ ആദ്യത്തെ കൊച്ചു പുസ്തകം- വാസ്തവത്തിൽ ലഘുലേഖ- *ലാ കാൻസി യോൺ ഡി ലഫിസ്റ്റ*യുടെ കെട്ടുമായി ഇറങ്ങി വന്നതും 1921– ഒക്ടോബറിലെ ഒരു ദിവസത്തിലായിരുന്നു.

നമ്മുടെ നാട്ടിലെയോ അന്യരാജ്യങ്ങളിലെയോ എഴുത്തു കാരുടെ കൂട്ടത്തിൽ ഞാൻ ഏതു ഗണത്തിൽപ്പെടുമെന്ന് വർഗീ കരണത്തിന് ഒരുങ്ങിയാൽ, സാഹിത്യ സിദ്ധാന്തത്തിൽ അജ്ഞത യുടെ ആചാര്യസ്ഥാനത്തിന് എനിക്കുള്ള അർഹതയും ഈ

സെൻട്രൽ ഹാളിൽവെച്ച് തുറന്നു പ്രഖ്യാപിക്കാൻ ഞാൻ ആഗ്രഹിക്കുന്നു.

സാഹിത്യത്തിന്റെയും കലയുടെയും ലോകത്ത് ആചാര്യ പദവി അസാധാരണമല്ല. ചിലർക്ക് ധാരാളം പഠിപ്പിക്കാനുണ്ടാവും. ചിലർ ആളുകളെ സ്വാധീനിക്കാൻ സാഹസപ്പെടാറുണ്ട്. സ്വാധീനി ക്കാൻ വേണ്ടി മാത്രമുള്ള സ്വാധീനിക്കൽ എന്നെപ്പറ്റി എനിക്കറിയാ വുന്ന അല്പമായ അറിവുവെച്ചു പരിശോധിച്ചാൽ, ഈ രണ്ടു വിഭാഗത്തിലും പെടുന്നവനല്ല ഞാനെന്ന് എനിക്ക് വിശ്വാസമുണ്ട്. അറിവിനായി എപ്പോഴും ദാഹിക്കുന്ന സാധാരണ കൂട്ടത്തിലാണ് എന്റെ സ്ഥാനം.

അന്യരുടെ അഭിപ്രായത്തിന് ആദരവോടെ വഴങ്ങിക്കൊടുക്കു ന്നതിനോ വെറും വിനയപ്രകടനത്തിനോ വേണ്ടിയല്ല ഞാനിത് പറ യുന്നത്. എന്റെ വളർച്ചയെ സഹായിച്ച സാഹചര്യങ്ങൾ ഒരു വില യിരുത്തലിന് വിധേയമാക്കേണ്ടതുണ്ട് എന്ന് എനിക്ക് തോന്നുന്നു.

മേധാവിത്വവും മൗലികതയും നേടാനുള്ള ആഗ്രഹത്തിൽ നിന്നാണ്, എഴുതാനുള്ള പ്രചോദനം ജനിക്കുന്നതെന്ന് ആരെങ്കിലും കരുതുന്നുണ്ടോ?

അത്തരം ലക്ഷ്യം ഇക്കാലത്ത് സാധാരണമത്രെ. എന്നാൽ സംസ്കാരവികാസത്തിന്റെ ആദ്യനാളുകളിൽ അക്കാര്യം അസാ ധാരണമായിരുന്നു. അമേരിക്കയിലെ ഗോത്രവർഗ ശിലാസ്മാരകം പണിയുമ്പോഴും, കിഴക്കും പടിഞ്ഞാറും നാടുകളിൽ ആരാധനാ മന്ദിരങ്ങൾ ദൈവത്തെ ലക്ഷ്യംവെച്ച് പണിതുയർത്തുമ്പോഴും ആരും അതിൽ കർതൃത്വത്തിന്റെ കൈയൊപ്പു ചാർത്താൻ തിടുക്കം കൂട്ടാറില്ല.

ഒരു ഉല്പന്നം രൂപപ്പെടുത്തുന്നതിന് മുമ്പേ അതു പരസ്യപ്പെ ടുത്തുന്ന ആളുകളും രാജ്യങ്ങളും ഉണ്ട്. മുന്തിരി പഴുത്തു കഴിഞ്ഞില്ല, വീപ്പകൾ നിറഞ്ഞില്ല, ഒഴിഞ്ഞകുപ്പികൾ നിറയാൻ നിരന്നു നിൽക്കുന്നതേയുള്ളൂ. എന്നാലും, കാണപ്പെടാത്ത വീ ഞ്ഞിന്റെ പേരും മേന്മയും ലഹരി പിടിപ്പിക്കുന്ന ഗുണവും പരസ്യ ങ്ങളിൽ പ്രത്യക്ഷപ്പെട്ടു കഴിഞ്ഞിരിക്കും.

അവഗണിക്കപ്പെട്ട എഴുത്തുകാരൻ സാമ്പത്തിക വൈഷമ്യം അനുഭവിക്കുമ്പോൾ, ക്രൂരമായ കാലദോഷത്തിൽ നിന്ന് രക്ഷ പ്പെടാൻ വഴിയില്ലാതെ, ചന്തയിൽ സ്വന്തം സാധനങ്ങളുമായി മത്സരി ക്കാൻ ചെല്ലും. പരുക്കൻ ആൾക്കൂട്ടത്തിൽ പ്രാവുകളെ തുറന്നു വിടും. സന്ധ്യക്കും പ്രഭാതത്തിനും ഇടയിലുള്ള നിശ്ശബ്ദതയിൽ വേദനിച്ച് നിലവിളിക്കും. "ഞാനാദ്യം. ഞാൻ മാത്രം."അയാൾ അത് തളരാതെ ആവർത്തിക്കും.

ചൈതന്യമറ്റ അമേരിക്കൻ നാടുകളിൽ, നിയമനിഷേധികളായ

ഏകാധിപതികളുടെയും ക്രൂരന്മാരായ കോളനിവാഴ്ചക്കാരുടെയും നിഷ്ഠുരമായ മർദ്ദനഭരണത്തിനെതിരെ വർഗാസ് വീല[7] ഉയർന്നു വരികയും സ്വന്തം ധീരതയും കാവ്യമയമായ ഗദ്യവുംകൊണ്ട് നമ്മുടെ സംസ്കാരത്തിന്റെ ഫലവത്തായ കാലഘട്ടം രചിക്കുകയും ചെയ്തു.

മറ്റുള്ളവരും, മറ്റനേകം പേരും, സ്വന്തം പ്രഖ്യാപനവുമായി മുന്നോട്ടുവന്നു.

സ്വയം കേന്ദ്രീകൃതമായ ഈ പാരമ്പര്യത്തിന്റെ കുഴപ്പം നാം പരിഗണിക്കാറില്ല. തീവ്രവേദന അനുഭവിക്കുന്ന എഴുത്തുകാരനെ യാണ് നാം കാണുന്നത്. വഴങ്ങാത്ത നഗര മതിലിനു മുന്നിൽ നിൽക്കുന്ന എഴുത്തുകാരൻ, സ്വന്തം കാഹളം വിളിയാൽ ആ മതിൽ മറിച്ചിടാമെന്ന് കരുതുന്നു. സ്വന്തം കൃതിയുടെ അനശ്വരതയെ ക്കുറിച്ച് ഉള്ള ഉന്മത്തമായ അഭിമാനത്തോടെ, നിർദയമായ സമൂഹം മുറിവേല്പിക്കുന്ന ആത്മാവിന്റെ നേരെ ശ്രദ്ധയാകർഷിക്കാൻ അയാൾ പണിപ്പെടുന്നു. ചിലപ്പോഴൊക്കെ ആ ശ്രമം ആത്മഹത്യ യുടെ പൊട്ടിത്തെറിയിൽ അവസാനിക്കുന്നു.

എന്റെ തലമുറയിലെ സർഗധനരായ പല എഴുത്തുകാരും രക്ഷകന്റെ ഭാഗം ഏറ്റെടുത്ത്, യാതനയുടെ പാത സ്വീകരിച്ച് സ്വയം കുരിശിലേറുന്നു.

മനുഷ്യത്വരഹിതമായ ചുറ്റുപാടുകളെപ്പറ്റി ഞാൻ ബോധവാ നാണ്. അജ്ഞാതമായ കാര്യങ്ങളുടെ നിയന്ത്രണം ഏൽക്കാൻ നാം നിർബന്ധിതരാവുന്നുണ്ട്. കവിതയുടെ നാൽക്കവലയിൽ ദിശാ ബോധമില്ലാതെ നിൽക്കേണ്ടി വരാറുണ്ട്. ശരിയായ കവിതാരചന യുടെ അഗ്നിയുടെയും ഹിമത്തിന്റെയും അനുഭവം ആദ്യമായി അറിഞ്ഞുതുടങ്ങുന്നവർക്ക് വഴിതെറ്റാനും വഴിയുണ്ട്.

വിദ്യുത്സന്ദേശപ്രേരകമായ പ്രതിഭയുള്ള അപ്പോളിനേർ[8] ഈ ആശയം ആവിഷ്കരിച്ചിട്ടുണ്ട്:

എന്റെ സുഹൃത്തുക്കളേ, നമ്മുടെ ഇടയിൽ
പാരമ്പര്യവും ഭാവനയും തമ്മിൽ,
ക്രമവ്യവസ്ഥയും സാഹസികതയും തമ്മിൽ
നീണ്ട തർക്കം നടക്കുമ്പോൾ,
ഞാൻ മധ്യസ്ഥനാകാം.
നിങ്ങളുടെ വായ ദൈവത്തിന്റെ പ്രതിഛായയിൽ നിർമിതം.

---

7. ജോസ് വർഗാസ് വീല (1860-1933) കൊളംബിയൻ സാഹിത്യകാരൻ. 108 കൃതികളുടെ കർത്താവ്. മഹാനായ നോവലിസ്റ്റും താർക്കികനും. സ്വന്തം കാല ഘട്ടത്തിന്റെ ചരിത്രത്തിലും സാഹിത്യത്തിലും സ്ഥാനം നേടിയിരിക്കുന്നു.

8. ഗിയോം അപ്പോളിനേർ (1880-1918) ഫ്രഞ്ചു കവി. ക്യൂബിസം, സർറിയലിസം എന്നീ പ്രസ്ഥാനങ്ങൾക്കു നേതൃത്വം നൽകി. നോവലിസ്റ്റും ചെറുകഥാകൃത്തും നാടകകൃത്തും കൂടി ആയിരുന്നു.

അത് സ്വയം ഒരു ക്രമം.

ക്രമത്തിന്റെ പൂർണത ഉള്ളവരുമായി താരതമ്യം ചെയ്യുമ്പോൾ

ഞങ്ങളോട് കരുണ കാണിക്കുക.

ഞങ്ങൾ എല്ലായിടത്തും സാഹസം തേടുന്നു.

ഞങ്ങൾ നിങ്ങളുടെ ശത്രുക്കളല്ല

വിശാലവും പുത്തനുമായ ഇടം

നിങ്ങൾക്കായി ഞങ്ങൾ കൊണ്ടുവരുന്നു

പുഷ്പം ശേഖരിക്കുന്നവർക്ക് ഇന്ദ്രജാലം പൂക്കുന്ന ഇടം

അന്നോളം അറിഞ്ഞിട്ടില്ലാത്ത നിറമുള്ള

പുതിയ അഗ്നിനാളങ്ങളും ആളും

അഗോചരമായ ആയിരം മായികരൂപങ്ങൾ

നാം അവയ്ക്ക് രൂപവും സത്തയും നൽകണം

പുറത്തുപോകാനള്ള അവസരം അഭിമുഖീകരിക്കുക

അല്ലെങ്കിൽ തിരികെ വരാൻ.

അനന്തമായ അതിരിലേക്കും വരുംകാലത്തിലേക്കും

യുദ്ധം കൊണ്ടുപോകുന്നവരോട് സഹതപിക്കുക

നമ്മുടെ തെറ്റുകളിൽ പരിതപിക്കുക

നമ്മുടെ പാപങ്ങളെപ്പറ്റി പരിതപിക്കുക.

മുമ്പും ഇപ്പോഴും ഒരു കാര്യം എനിക്ക് ഉറപ്പിച്ചുപറയാൻ കഴിയും. എന്റെ വിവേകത്തിലും വിജ്ഞാനത്തിലും വിശ്വാസം അർപ്പിച്ചുകൊണ്ട്, എന്റെ രചനയ്ക്കുള്ള അസംസ്കൃത വസ്തു ക്കളെ അളന്നും തൂക്കിയും ഗുണപരിശോധന നടത്തിയാണ് ഞാൻ മുന്നോട്ടുപോയത്. എന്റെ സൃഷ്ടി എന്റെ ജീവകാലം വരെ നില നിൽക്കണമെന്ന് ഞാൻ ആശിച്ചിരുന്നു. സ്വന്തം ഭാവി പ്രവചിക്കാൻ ആർക്കും ആവില്ലെങ്കിലും ഇക്കാര്യം ഞാൻ 'ഉറപ്പിച്ചു' പറയുന്നു. ആത്മാർഥതയാണ്–അത് ഒരെളിയ പഴഞ്ചൻ പദമാണെങ്കിലും– എന്റെ ജീവിതത്തിലെ ചെയ്തികളെ നിർവചിക്കുന്നത്. ഈ ആത്മാർഥത വികാരത്തിന്റേയോ വിജ്ഞാനത്തിന്റേയോ വെറും കീഴടങ്ങലുമല്ല.

തൊഴിലുകൊണ്ട് ഞാൻ സാഹിത്യാചാര്യൻ അല്ല. അത്തരം പദവി ഞാൻ സ്വീകരിക്കുകയുമില്ല. എന്റെ സൃഷ്ടി സജീവമായിരി ക്കണം എന്ന് എനിക്ക് ആഗ്രഹമുണ്ട്. ഞാൻ ശ്വസിക്കുന്നതു പോലെ, ഞാൻ നിലനിൽക്കുന്നതുപോലെ, ഞാൻ വളരുന്നതു പോലെ, എന്റെ കവിതയും സജീവമാകണം.

ജനങ്ങളുടെ ഐക്യം പ്രതിരോധിക്കുന്നതിന് ഞാൻ തെരുവു കളിൽ ഇറങ്ങിയിരുന്ന പഴയ വർഷങ്ങളിൽ, ഞാൻ ആരെയും എന്റെ കവിത പഠിപ്പിച്ചിരുന്നില്ല. എന്റെ ജന്മദേശത്തിന്റെ മഴപോലെ

അത് ഈ മണ്ണിൽ അരിച്ചിറങ്ങണം എന്നായിരുന്നു എന്റെ ആഗ്രഹം. സമൂഹമോ പണ്ഡിതസദസോ അത് സ്വീകരിച്ചു കൊള്ളണം എന്ന് എനിക്ക് തിടുക്കമില്ലായിരുന്നു. യുവാക്കളിൽ ഞാനത് അടി ച്ചേല്പിച്ചതുമില്ല. എന്റെ അനുഭവങ്ങളുടെയും ബോധങ്ങളുടെയും അന്ത:സത്തയായിരുന്നു അതിൽ അടങ്ങിയത്. ഞാനത് സ്നേഹ ത്തിന്റെ വിശാലതക്കും ലോകത്തിന്റെ വിസ്തൃതിക്കും മുമ്പിൽ തുറന്നിട്ടു.

ഏകാകിത എനിക്ക് ആവശ്യമാണ് എന്ന് ഞാൻ അവകാശ പ്പെടുന്നില്ല. നിർബന്ധപൂർവം അടിച്ചേല്പിക്കപ്പെട്ടപ്പോൾ മാത്രമേ ഞാൻ ആ ഭീകരാവസ്ഥയിൽ അകപ്പെട്ടിരുന്നുള്ളു. ജനങ്ങളുടെ സ്നേഹസാന്ദ്രത ചുറ്റും അനുഭവിച്ചു കൊണ്ടാണ് ഞാൻ എന്റെ പുസ്തകങ്ങൾ എഴുതിയത്. കവിയുടെ യഥാർഥ ആവശ്യത്തെ ഏകാന്തതക്കോ ആൾക്കൂട്ടത്തിനോ മാറ്റിമറിക്കാൻ ആവുകയില്ല. ഏകാകിതക്കോ സമൂഹത്തിനോ വേണ്ടി വാദിക്കുന്നത് കവിയുടെ സ്ഥാനത്തെ തെറ്റായി അവതരിപ്പിക്കലാകും. മനുഷ്യഹൃദയത്തിന് ആവശ്യമായ പോഷകം ശേഖരിച്ച് ഒരേ മട്ടിലുള്ള സുഗന്ധ അറകൾ പണ്ടു പണ്ടേ പണിതുവരുന്ന തേനീച്ചകളുടെ ഭാഗമാണ് കവികൾ ക്കുള്ളത് എന്ന് വാദിക്കലാകും. ഒറ്റയാന്മാരായ കവികളെയും ആൾക്കൂട്ടത്തിനായി അലറി വിളിക്കുന്ന കവികളേയും ഞാൻ അപലപിക്കും. നിശ്ശബ്ദത, ആരവം, ഒറ്റപ്പെടൽ, കൂട്ടായ്മ– എല്ലാം കവിതക്കുള്ള സാമഗ്രികൾ തന്നെ. ആശയവിനിമയം ആവശ്യ പ്പെടുന്ന അണയാത്ത അഗ്നി, ചൂടുംവെളിച്ചവും പരത്തിക്കൊണ്ട്, ആയിരമായിരം ആണ്ടുകളായി, വാക്കുകളിലേക്ക് പകരുകയും, കവിതകളായി ഉയർത്തപ്പെടുകയും ചെയ്യുന്നു.

മോഹിപ്പിക്കുന്ന ഐന്ദ്രജാലികനായ ഫെഡറിക്കൊ ഗാർസിയ ലോർക്കയെ നമുക്ക് എന്നേക്കുമായി നഷ്ടപ്പെട്ടു. അദ്ദേഹം എപ്പോഴും എന്റെ സാഹിത്യപ്രവർത്തനത്തിൽ കൗതുകം കാണി ച്ചിരുന്നു. എഴുതാൻ മനസിൽ കരുതിവെച്ചതിനെപ്പറ്റിയും എഴുതി പൂർത്തിയാകാൻ പോകുന്നതിനെപ്പറ്റിയും എല്ലാം എപ്പോഴും അദ്ദേഹം അന്വേഷിച്ചുകൊണ്ടിരുന്നു. അദ്ദേഹത്തിന്റെ അസാധാര ണമായ രചനകളിൽ ഞാനും അതേ ആകാംക്ഷ കാണിച്ചു. എന്നാൽ എപ്പോഴും ഞാൻ എന്റെ കവിത വായിച്ചു കേൾപ്പിക്കാൻ ശ്രമിച്ചാൽ പൂർത്തിയാകും മുമ്പേ കൈ ഉയർത്തി, തലയാട്ടി, കാതുകൾ പൊത്തി വിളിച്ചു പറയും, "നിർത്ത്! നിർത്ത്!. അത്ര മതി. ഇനി അധികം വായിക്കരുത്. നിങ്ങൾ എന്റെ എഴുത്തിനെ സ്വാധീനിക്കും."

അഹങ്കാരം കലർന്ന അമേരിക്കൻ സാഹിത്യരീതിയിലാണ് എനിക്ക് ശിക്ഷണം കിട്ടിയത്. ഒന്നുകിൽ ആൻഡീസ് പർവത ത്തിലെ പാറക്കല്ല് അന്യോന്യം എറിയും. അതല്ലെങ്കിൽ, അതിശ

യോക്തി നിറഞ്ഞ പ്രശംസ പരസ്പരം കൈമാറും. ഈ നിലയിൽ, ലോർക്കയുടെ വിനയം വിസ്മയകരമായി അനുഭവപ്പെടുന്നു. ആ മഹാനായ കവി തന്റെ എല്ലാ രചനകളും എന്നെ കാണിച്ചിരുന്നു; സ്വന്തം പൂച്ചെണ്ടിലെ മലരുകൾ. അവയ്ക്കു പറ്റിയ ശീർഷകം ആലോചിച്ചു കണ്ടുപിടിക്കാനും ആവശ്യപ്പെടും. ഞാൻ അത് അനുസരിച്ചിട്ടുമുണ്ട്. ആകർഷകമായ വ്യക്തിത്വത്തിന്റെയും കവിത്വത്തിന്റെയും ഉടമയായ മാനുവൽ അർദലാഗിർ ഒരിക്കൽ കീശയിൽ നിന്ന് അപൂർണമായ ഒരു ഗീതകം പുറത്തെടുത്ത് പറഞ്ഞു, "അവസാനത്തെ വരി എനിക്ക് ശരിയാവുന്നില്ല. കണ്ടുപിടി ക്കാൻ നോക്ക്." എന്നിൽനിന്നു കിട്ടിയ വരിയിൽ സംതൃപ്തനായി അദ്ദേഹം നടന്നകന്നത് ഞാൻ ഓർക്കുന്നു. കലയുടെ ലോകം അന്യോന്യം സഹായിക്കുന്ന വലിയ പണിപ്പുരയാണ്. അതിലുള്ള വർ അക്കാര്യം അറിയുകയോ വിശ്വസിക്കുകയോ ചെയ്യുന്നില്ല എന്നുമാത്രം. ഏറ്റവും പ്രധാനപ്പെട്ട മറ്റൊരു കാര്യമുണ്ട്. മുമ്പേ രംഗത്തുവന്നവരുടെ സഹായം ഞങ്ങൾക്കു കിട്ടിയിട്ടുണ്ട്. ഗൊ ങ്കോറെ[9]യില്ലാത്ത റൂബൻ ഡാരിയോ ഇല്ല. റിമ്പോവിനെക്കൂടാതെ അപ്പോളിനേർ ഉണ്ടാവില്ല. ലാമാർട്ടിനെ[10] കൂടാതെ ബോദലയറും.[11] ഇവരൊന്നും ഇല്ലാതെ പാബ്ലോ നെരൂദ ഇല്ല. എല്ലാ കവിയും എന്റെ ഗുരുനാഥന്മാരാണെന്ന് അഭിമാനത്തോടെയാണ് ഞാൻ പറയുന്നത്. അത് വിനയപ്രകടനമല്ല. കഴിഞ്ഞ കാലങ്ങളിൽ, ഈ രാജ്യത്ത് എഴുതപ്പെട്ടവ ഞാൻ വായിച്ചുകൂട്ടി. അന്യനാടുകളിലെ കവിതാലോകവും അന്യമായിരുന്നില്ല. അവ മാറ്റി നിർത്തിയാൽ ഞാൻ ഉണ്ടാവില്ല.

ഡാനിയൽ ഡി ലാ വെഗയുടെ ഒരു പുസ്തകം. വെളുത്ത പുറംചട്ട. മഞ്ഞക്കാവിനിറത്തിലുള്ള ശീർഷകം. വളരെ വർഷംമുമ്പ് ടെലസ്ഫൊറ അമ്മായിയുടെ വീട്ടിൽ ആരോ കൊണ്ടുവന്ന ആ പുസ്തകത്തിന്റെ സ്മരണ എന്റെ മനസിലുണ്ട്. പുസ്തകം ഇപ്പോഴും എന്റെ കൈയിൽ ഇരിക്കുന്നതു പോലെ തോന്നുന്നു. ഒരു വേനൽക്കാലദിനമായിരുന്നു അത് എന്നുപോലും ഓർക്കുന്നു.

ഞാൻ പുസ്തകവും കൊണ്ട് പുറത്തേക്കു പോയി. *പ്രകാശ മുള്ള മലകൾ* എന്ന ആ പുസ്തകം ആർത്തിയോടെ വായിച്ചു. വള്ളിപ്പടർപ്പുകൾ നിറഞ്ഞ ഒരിടത്ത് ഇരുന്നായിരുന്നു വായന. പരിമളം പരത്തുന്ന പരിസരം. വള്ളിച്ചെടിക്കൂട്ടത്തിന്റെ അരികിലൂടെ വലിയ അരുവി ഒഴുകുന്നു. മുകളിൽ, കൂടിക്കുഴഞ്ഞു കിടക്കുന്ന വള്ളിക്കൂട്ടവും വാകമരക്കൊമ്പുകളും. എല്ലായിടത്തും പരന്നു

---

9. ലൂയി അർഗോട് ഗൊങ്കോറെ – (1561–1627) സ്പാനിഷ് കവി

10. അൽഫോൺസ് ലാ മാർട്ടിനെ (1790–1869) ഫ്രഞ്ചു കവി

11. ചാറൽസ് ബോദ്ലയർ(1821–1867) ഫ്രഞ്ചു കവി

കിടക്കുന്ന പച്ചപ്പിന്റെ പരിമളവും ജലത്തിന്റെ കുളിരും. അവിടെ, പ്രകൃതിയുടെ ഉൾത്തടത്തിലൂടെ നീരരുവിയും പളുങ്കുകവിതയും മത്സരിച്ചൊഴുകി.

അന്നത്തെ കവിതയുടെ ഏതാനും ബിന്ദുക്കൾ, എന്റെ കാവ്യപ്രവാഹത്തിൽ ഇപ്പോഴും ചേർന്നൊഴുകുന്നുണ്ട് എന്ന് എനിക്ക് തീർച്ചയുണ്ട്. ഒച്ചവെച്ച് ഓടുന്ന ഒഴുക്കിന്റെ ആ തുടർച്ച യിൽ പിന്നീടുണ്ടായ വലിയ വെളിവുകളും അപൂർവമായ കണ്ടെത്തലുകളും കൂടുതൽ ഊർജം പകരുകയും ചെയ്തു. ഏകാന്തതയും അരുവിയും കവിതയും കലർന്ന അന്നത്തെ ഓർമ്മ കുടഞ്ഞെറിഞ്ഞു കളയേണ്ട ഒരാവശ്യവും ഇല്ല.

സമരോത്സുകമായ ബൗദ്ധികജീവിതത്തിന്റെ ഈ കാലഘട്ട ത്തിൽ, ഭൂതകാലത്തോട് വിവേചനം കാട്ടുന്ന പ്രവണത പ്രത്യക്ഷ മാണ്. പൂർവികരെ തെറ്റായി വിലയിരുത്തുന്നതു വഴി നാം സ്വയം വഞ്ചിതരാവുകയാണ്. ഇക്കാലത്തെ ചില നിരൂപണങ്ങളും വായിച്ചാൽ, റിൽകെയെയും കാഫ്കയെയും അമ്മാമനും മുത്തച്ഛനു മായി കണക്കാക്കുന്നുണ്ടോ എന്ന് തോന്നും. എഴുത്തുകാർ ഇന്ന് ഒന്നും ഒളിച്ചുവെക്കുന്നില്ല. അവരുടെ പുറത്തു കാണുന്ന വർഗനാമം വ്യക്തമാണ്.

ഇന്നു പ്രചാരത്തിൽ ഇല്ലാത്തതെങ്കിലും എന്നെ സ്വാധീനിച്ച ചില പുസ്തകങ്ങളെപ്പറ്റിയും പരാമർശിക്കേണ്ടതുണ്ട്. വിഷയാ സക്തിയും വിഷാദവിവശതയും നിറഞ്ഞ ഫെലിപ്പ് ട്രിഗോവിന്റെ കൃതികൾ, സ്പെയിനിന്റെ ഭൂതകാലത്തിന്റെ ഭാഗമായിരുന്ന ക്രമാധികമായ അശ്ലീലവശ്യത അവതരിപ്പിക്കുന്നു. പോൾ ഫെവലിന്റെ നീളൻ വാളുകൾ, പഴയകാല നിലാവിൽ തിളങ്ങുന്ന ആയുധങ്ങളുമായി നീങ്ങുന്ന യോദ്ധാക്കൾ, എമിലിയോ സൽഗ്രാരി യുടെ വിചിത്ര വിസ്മയലോകം, ആൽബർട്ട് സമൈനിന്റെ ക്ഷണികമായ ശോകാത്മകത, പോൾ, വർജീനിയ എന്നിവരുടെ ഉന്മത്തമായ പ്രേമം– ഇതെല്ലാം എന്റെ വായനാലോകത്തു വന്നെത്തി. പൗരസ്ത്യ താളത്തിന്റെ ശോഭ കലർന്ന പെൻഡ്രൊ അൻടോണിയോവിന്റെ കവിത നമ്മുടെ ദരിദ്രമായ പർവതദേശ ത്തിന്റെ താഴ്‌വരകളെ, പരവതാനി വിരിച്ച അലങ്കാരമന്ദിരമാക്കി മാറ്റി. പുസ്തകങ്ങൾ, താളങ്ങൾ, ഭാഷകൾ, തേനീച്ചകൾ, നിഴലുകൾ എല്ലാം കവിതയിലൂടെ സ്ഥിരീകരണം നേടി. അവയിൽ ആണ്ടുമുങ്ങിയ ഞാൻ അവയെല്ലാം പഠിപ്പിച്ച സ്ഥിരമോ അസ്ഥി രമോ ആയ സൗന്ദര്യത്തിന്റെ കണികകളെ ഉൾക്കൊണ്ടു കൊണ്ട് അവയുടെ പിന്തുടർച്ചയുടെ പാട്ടുകാരനായി.

എന്നാൽ എന്നെ സംബന്ധിച്ചിടത്തോളം വലിയതും വിശാല വുമായ പുസ്തകം *ചിലി* എന്നു പേരുള്ള ഈ പുസ്തകമാണ്. മാതൃദേശത്തിന്റെ മഹാഗ്രന്ഥവായന ഞാൻ ഒരിക്കലും അവസാനി

പ്പിച്ചിട്ടില്ല. എന്റെ രാഷ്ട്രത്തിന്റെ സുദീർഘമായ രൂപരേഖകളിൽ നിന്ന് ഞാൻ കണ്ണ് പിന്തിരിച്ചിട്ടേ ഇല്ല.

സത്യം പറഞ്ഞാൽ മറ്റു രാജ്യങ്ങളെ സ്നേഹിക്കാനും മനസിലാക്കാനും ഞാൻ അസമർഥനാണ്.

ദൂര-പൗരസ്ത്യ നാടുകളിലൂടെയുള്ള എന്റെ യാത്രകളിൽ വളരെ കുറച്ചു കാര്യമേ, ഞാൻ മനസിലാക്കിയിട്ടുള്ളൂ. തീക്ഷ്ണ മായ വർണം, മലിനമായ പഴമയിലേക്കുള്ള മടങ്ങിപ്പോക്ക്, തലങ്ങും വിലങ്ങുമായുള്ള കാടുകളുടെ കിടപ്പ് അവയിലെ ജന്തുക്കളും സസ്യങ്ങളും എല്ലാം എന്നെ ഭയപ്പെടുത്തുകയാണ് ചെയ്തത്. അവയെല്ലാം ഇന്നോളം എനിക്ക് തിരിച്ചറിയാൻ കഴിഞ്ഞിട്ടില്ലാത്ത നിഗൂഢമായ ഇടങ്ങളാണ്. അതുപോലെ പെറുവിലെ ലോഹ സമ്പത്തുനിറഞ്ഞ തരിശു മലകളും എനിക്ക് മനസിലാക്കാൻ ഒത്തിട്ടില്ല. അതുപോലെ തന്നെയാണ് അർജന്റീനയിലെ വിശാല മായ സാംബാപ്രദേശവും. മെക്സിക്കോവിനെ സ്നേഹിക്കുന്നുണ്ട്; എങ്കിലും അത്രത്തോളം അതിനെ പിടികിട്ടിയിട്ടില്ല. ഉറൽ മലകളിൽ, അന്യനാണെന്ന തോന്നൽ എനിക്കുണ്ടായി. അവിടെ നീതിയും സത്യവും കാണാൻ കഴിഞ്ഞെങ്കിലും. വളരെ പരമമായ സാർവദേശീയ സംസ്കാരം നിറഞ്ഞ അന്തരീക്ഷത്തിൽ, പാരീ സിലെ തെരുവുകളിൽ, അസാധാരണമായ ആൾക്കൂട്ടത്തിൽ നടക്കുമ്പോഴും ഞാൻ ഒറ്റയ്ക്കാണ് എന്നു തോന്നി.

ഇവിടെ നേരെ വിപരീതമാണ്. മരം കൊണ്ടുപണിത ആ വീടുകൾ, കാട്ടിലെ കാറ്റിൽ മൂളുന്ന ഗിത്താറുകൾ പോലെ ആരവമുള്ള വിക്ടോറിയ മുതൽ പോർട്ടോ മോൺ വരെ നിരന്നു കിടക്കുന്ന ആ തെരുവുകൾ എല്ലാം ഇപ്പോഴും എന്റെ മനസിൽ ആഹ്ലാദം നിറയ്ക്കുന്നു. മഞ്ഞുകാലവും കാലപ്പഴക്കവും വീടു കളിൽ വീഴ്ത്തിയ ചിത്രലിപികൾ എനിക്കു മനസിലാകും. വടക്കൻ ചിലിയിലെ സൂര്യാസ്തമയവും അതുപോലെ മനസിലാകും. കാട്ടു പ്രാവിന്റെ കഴുത്തുപോലെ മിന്നി മായുന്ന കണ്ണഞ്ചിപ്പിക്കുന്ന മഴവിൽ വർണവും ചാര നിറവും കൊണ്ട് മലകൾ ആ സമയത്ത് വെട്ടിത്തിളങ്ങും.

തെക്കൻ നാടുകളിലെ കാടുകളിൽ മരത്തൊലികളിൽ കണ്ട ഗൗളികളുടെ മരതക വർണം പോലെ തിളങ്ങുന്ന പുറം വായിക്കാൻ ഞാൻ കുട്ടിക്കാലത്തു പഠിച്ചു. മനുഷ്യന്റെ നിർമാണ ചാതുരിയുടെ മഹത്വം ആദ്യമായി പഠിച്ചത് മല്ലിക്കോ പുഴയുടെ മുകളിലെ ഇരുമ്പു തീവണ്ടിപ്പാലം കണ്ടപ്പോഴാണ്. പാലത്തിന്റെ തിളങ്ങുന്ന ചട്ടക്കൂട്, പുഴയുടെ മുകളിൽ ഏകാന്ത പശ്ചാത്തലത്തിൽ അതിമനോഹര മായ സംഗീതോപകരണം പോലെ നിലകൊള്ളുന്നത് എന്റെ മനസിലുണ്ട്.

ചിലിയൻ ദേശീയതയുടെ ദേശാഭിമാന കവിയാണ് ഞാൻ.

നമ്മുടെ പ്രിയപ്പെട്ട നാട്! പുസ്തകങ്ങളിൽ നമുക്ക് അതിന്റെ ശരിയായ കാഴ്ച കിട്ടുകയില്ല. പോരാട്ടത്തിന്റെ പ്രഭാമണ്ഡലം ആദ്യമായി ആഖ്യാനം ചെയ്തത് അലൻസൊ ഡി എർസില[12] യാണ്. വജ്ര സ്വഭാവമുള്ള ആ പിതാവ് ചന്ദ്രനിൽ നിന്ന് ഇറങ്ങി വന്നതുപോലെ നമ്മുടെ ഇടയിൽ എത്തി. ഈ രാജ്യത്തിന്റെ വിനീതവും അഗാധവുമായ ചില യാഥാർഥ്യങ്ങൾ അദ്ദേഹം മൂടിവച്ചു. രാജ്യത്തിന്റെ ബ്രഹദ്ചരിത്ര ഗ്രന്ഥങ്ങളിൽ കറുത്ത കളിമണ്ണു മെനയുന്നവരെയും വള്ളിക്കൊട്ട മെനയുന്നവരെയും അവഗണിച്ചു. എല്ലാ ഇതിഹാസകഥകളും ധീരസത്യങ്ങളും അവിടെ നിൽക്കട്ടെ. സ്പെയ്നിൽ നിന്നു ഇടിമുഴക്കം പോലെ കടന്നു വന്ന് നമ്മുടെ നാട്ടിൽ അഴിച്ചു വിട്ട ആക്രമണവും നിൽക്കട്ടെ. *ലാ അറാക്വാനയും* അതിലെ വിലാപ ധീര വർണനയും ഉണ്ടെങ്കിലും നാം ഒരു കാര്യം മറന്നു, നമ്മുടെ ഇന്ത്യൻ ഗോത്രജർ ഇന്നു വരെ നിരക്ഷരരും ഭൂരഹിതരും പാദരക്ഷ ഇല്ലാത്തവരുമാണ് എന്ന സത്യം. ദരിദ്രമെങ്കിലും സർഗാത്മകതയുടെ സമ്പന്നമായ സാധ്യതയുടെ കലവറയാണ് ഇവിടം.

സാൻ ഫെർനാൻഡൊ, റിങ്കോ, പറാൽ, ചങ്കൊ എന്നിവിടങ്ങ ളിലെ നാടൻ പീടികക്കാരോട് ഞാൻ സംസാരിച്ചു; കടൽക്കരയിലെ കടന്നു കയറുന്ന മണൽക്കുനകൾ അവരുടെ പാർപ്പിടങ്ങളെ പരിപൂർണ നാശത്തിലേക്ക് നയിക്കുന്നതായി അവർ പറഞ്ഞു. സാന്തിയാഗോ താഴ്വരയിലെ പച്ചക്കറികൃഷിക്കാരോടും ഞാൻ വർത്തമാനം പറഞ്ഞു. മധ്യസമതലത്തിലെ സാധാരണക്കാരായ തൊഴിലാളികളുടെ സദസിൽ ഞാൻ സ്വന്തം കവിത ചൊല്ലി. വസ്ത്രം ഉടുത്ത പാവപ്പെട്ട പണിക്കാർ. അനാഥമായ ക്ഷാരഭൂമി യിലെ മണൽ നിലത്ത്, തിളയ്ക്കുന്ന വെയിലത്ത് കുത്തിയിരി ക്കുന്ന, പരുത്തിക്കുപ്പായം ഉടുത്ത ഖനിത്തൊഴിലാളികളുടെ മുന്നിൽ കവിത ചൊല്ലിയപ്പോൾ എനിക്കു തോന്നിയ വികാരം എനിക്കുമാത്രം അറിയാം. വൾപരൈസോ തുറമുഖത്തിലെ ചെറ്റക്കുടിലുകൾക്കും പോർട്ടോനടാൽസ്, പോർട്ടോ മോണ്ട് എന്നിവിടങ്ങളിലെ തൊഴിൽ ശാലകൾക്കും കോറോണൽ 'ലോടാ' കുറനിലാഹു എന്നിവിടങ്ങളിലെ ഖനികൾക്കും അവിടങ്ങളിലേക്ക് നിശ്ശബ്ദനായി മധ്യസ്ഥനായി കടന്നു ചെല്ലുകയും മടങ്ങി വരികയും ചെയ്യുന്ന എന്നെ പരിചയമുണ്ട്.

ഇത് ഒരു അലഞ്ഞു തിരിയുന്നവന്റെ തൊഴിലാണ്. എല്ലാവർ ക്കും അതറിയാം. അതിൽ ഞാൻ അഭിമാനം കൊള്ളുന്നു. ഞാൻ എവിടെ ചെന്നാലും എന്നെ ചിലിയൻ ആയിട്ടല്ല സ്വീകരിക്കുന്നത്. എങ്കിൽ അത് ചെറിയ കാര്യം. എന്നെ അവർ അവരുടെ സഹോദര

---

12. അലൻസൊ ഡി എർസില (1533–1594) സ്പാനിഷ് യോദ്ധാവും കവിയും. *ലാ അറാക്വാനയുടെ* കർത്താവ്

നായി അഭിവാദനം ചെയ്യുന്നു. അതു വലിയ കാര്യം. ഇതാണ് എന്റെ കവിതയുടെ കല.

ടിമുക്കോ നഗരത്തിൽ വച്ചാണ് ഞാൻ ആദ്യമായി മോട്ടോർ വാഹനം കണ്ടത്. ആദ്യത്തെ വിമാനം ഡൊൺ ക്ലോഡോമിറോ ഫിഗുറോയുടെ നിലത്തു നിന്നുള്ള പറന്നു പറന്നു പൊങ്ങൽ, ചരടില്ലാത്ത പട്ടത്തിന്റെ അസാധാരണമായ പറക്കൽ ആകാശത്തിലെ ആദ്യത്തെ അശ്വയോദ്ധാവിന്റെ മന:ശക്തി അതും കണ്ടു. ആ നാളുകൾക്കുശേഷം, എന്റെ യൗവനത്തിന്റെ തെക്കൻ മഴക്കാലത്തിനു ശേഷം എല്ലാം മാറിമറഞ്ഞിരിക്കുന്നു. 'എല്ലാം' എന്നതിൽ ലോകവും ഉൾപ്പെടുന്നു. നാം കരുതിയതുപോലെ ഭൂമി അത്ര ഉരുണ്ടതല്ല എന്നാണ് ഇപ്പോൾ ഭൂമിശാസ്ത്രജ്ഞന്മാർ പറയുന്നത്. നമ്മെ പൂർണമായി വിശ്വസിപ്പിക്കാനും അവർക്കു സാധിച്ചിട്ടില്ല. തങ്ങൾ കരുതിയതിനേക്കാൾ കൂടുതൽ ഉരുണ്ടതാണ് ഭൂമി എന്ന് ജനങ്ങൾ വിശ്വസിക്കാൻ കുറേക്കൂടി സമയമെടുക്കും എന്ന് നമുക്കറിയാം.

അതുപോലെ എന്റെ കവിതയ്ക്കും മാറ്റം വന്നിട്ടുണ്ട്.

യുദ്ധങ്ങൾ വന്നു. മുമ്പത്തേക്കാൾ പുതിയതും മാരകവുമായ ക്രൂരതകളും കൊണ്ടാണ് ഇപ്പോൾ അവയുടെ വരവ്. സ്പെയ്നിൽ വച്ച് എന്നെ പീഡിപ്പിച്ചതും കുത്തിനോവിപ്പിച്ചതുമായ വേദനകളിൽ നിന്ന് പിക്കാസോവിന്റെ 'ഗുർണിക്ക'പിറന്നത് ഞാൻ കണ്ടു. 'ഗിയോക്കോണ്ട'[13]യേക്കാൾ വ്യാപ്തിയുള്ള ഛായാചിത്രം. എന്നാൽ മനുഷ്യാവസ്ഥയുടെ വിപരീത ധ്രുവത്തിന്റെ ചിത്രീകരണം. ജീവിതത്തിന്റെയും സൗന്ദര്യത്തിന്റെയും പരമ പ്രശാന്തമായ വീക്ഷണമാണ് ഒന്ന്. സ്ഥിരതയുടെയും യുക്തിയുടെയും നാശത്തിന്റെയും മനുഷ്യന് മനുഷ്യനെപ്പറ്റിയുള്ള ഭീതിയുടെയും കാഴ്ച യാണ് മറ്റേത്. ചിത്രങ്ങളിലും മാറ്റം വന്നിട്ടുണ്ട്.

കഴിഞ്ഞ നൂറ്റാണ്ടിന്റെ മധ്യം മുതൽ ഈ നൂറ്റാണ്ടിന്റെ തുടക്കം വരെ നമ്മുടെ കാൽക്കീഴിലെ കല്ലുകളെയും തലയ്ക്കു മുകളിലെ നക്ഷത്രങ്ങളെയും ഇളക്കി മറിച്ച കണ്ടുപിടിത്തങ്ങളു ടെയും അത്യാഹിതങ്ങളുടെയും മധ്യത്തിൽ, പ്രത്യാശയുടെ അസാധാരണർ അല്ലാത്ത പിതാക്കന്മാർ ഉയർന്നു വന്നു. മാർക്സ്, ലെനിൻ, ഗോർക്കി, റൊമെയ്ൻ റൊളാങ്, ടോൾസ്റ്റോയ്, ബാർബുസെ,[14] സോള എന്നിങ്ങനെ സ്നേഹത്തിന്റെ നായകന്മാർ പ്രത്യക്ഷപ്പെട്ടു. കർമങ്ങളും വാക്കുകളും കൊണ്ട് അധ്വാനിച്ച അവർ ആർജിത സ്വത്തിന്റെ കെട്ട് ലോകത്തിന്റെ മേശപ്പുറത്ത് എല്ലാവർക്കും പങ്കുവെക്കാനായി കരുതി വച്ചിട്ടാണ് കടന്നുപോയത്.

---

13. ഗിയോക്കോണ്ട- ലിയൊനാർഡൊ ഡാവിഞ്ചിയുടെ 'മോണാലിസ'യുടെ മറ്റൊരു പേര്.

ബുദ്ധിപരമായ ഉത്തരവാദിത്വം......നശിക്കാത്ത മനുഷ്യ സ്നേഹം സമ്പന്നമായ മന:സാക്ഷി....

ഹതാശരായ മനുഷ്യരും അതിനു ശേഷം കടന്നു വന്നു. അപ്പവും കല്ലും ഇല്ലാത്ത – അതായത് ആഹാരവും പ്രതിരോധവും ഇല്ലാത്ത-രതിയുടെയും മൃത്യുവിന്റെയും നടുവിൽ നട്ടം തിരിയുന്ന സംഭ്രാന്തരായ മനുഷ്യരുടെ കാഴ്ചകൾ തലമുറകളുടെ തിരശീല യിൽ പ്രത്യക്ഷപ്പെട്ടു.

മൂവന്തി, കറുപ്പിലും ചുകപ്പിലും മുങ്ങി. രക്തത്തിലും പുകയിലും മൂടി.

എന്നിട്ടും മാനവലക്ഷ്യം പുനരുജ്ജീവനം നേടി. മനുഷ്യന് മരിക്കാൻ മോഹമില്ല. ജീവിതത്തിന്റെ ജലധാര, കേടുകൂടാതെ, കളങ്കം കലരാതെ, നിർമാണാത്മകമായി നിലനിൽക്കുമെന്ന് മനുഷ്യൻ മനസിലാക്കി.

ബർട്രൻഡ് റസ്സൽ, ചാർലി ചാപ്ലിൻ, പാബ്ലോ പിക്കാസൊ, വടക്കെ അമേരിക്കയുടെ ലിനസ് പോളിങ്,[15] ഡോ.ഷെ്വറ്റ്സർ, ലസാറൊ കാർഡിനാസ്[16] തുടങ്ങിയവർ ജനലക്ഷങ്ങൾക്കു വേണ്ടി ആണവയുദ്ധത്തിനെതിരെ ശബ്ദമുയർത്തി. എല്ലാ മനുഷ്യരും ഏറ്റവും എളിയ മനുഷ്യൻ പോലും പ്രതിനിധീകരിക്കപ്പെടുകയും പ്രതിരോധിക്കപ്പെടുകയും ചെയ്യണമെന്നും, മാനവ പ്രതിഭ മനുഷ്യവർഗത്തെ നിഷേധിക്കരുത് എന്നും എല്ലാവർക്കും കാണാൻ കഴിഞ്ഞു.

സാമ്രാജ്യത്വത്തിന്റെ ആർത്തി തീർക്കാൻ ആനക്കൊമ്പുകളും അടിമകളും നൽകി വന്ന കറുത്ത വൻകര ഭൂപടത്തിൽ കിടുങ്ങി. ഇരുപത് പ്രജായത്ത രാഷ്ട്രങ്ങൾ പിറന്നു. ലാറ്റിനമേരിക്കയിലും ഏകാധിപതികൾ പേടിച്ചു വിറച്ചു. സ്വന്തം സാമൂഹിക സമ്പ്രദായം സ്വീകരിക്കാനുള്ള സ്വദേശാവകാശം ക്യൂബ പ്രഖ്യാപിച്ചു.

പുഞ്ചിരി തൂകുന്ന മൂന്ന് യുവാക്കൾ – രണ്ട് സോവിയറ്റ് നാട്ടുകാരും ഒരു വടക്കേ അമേരിക്കക്കാരനും– ഗോളാന്തരങ്ങൾ

---

14. ഹെന്റി ബാർബുസെ (1873– 1935) ഫ്രഞ്ച് നോവലിസ്റ്റ് 1916–ൽ പ്രസിദ്ധീകരിച്ച *അണ്ടർ ഫയർ* എന്ന കൃതി സാർവദേശീയ പ്രശസ്തി നേടിക്കൊടുത്തു. ഒന്നാം ലോക മഹായുദ്ധ പശ്ചാത്തല കൃതിയിൽ മനുഷ്യവർഗത്തിന്റെ ഭാവിയെക്കുറി ച്ചിട്ടുള്ള ദർശനം അവതരിപ്പിക്കുന്നു.

15. ലിനസ് കാൾ പോളിങ്ങ് (1891–1994) അമേരിക്കൻ ശാസ്ത്രജ്ഞൻ. 1954–ൽ രസതന്ത്രത്തിന് നോബൽ സമ്മാനം നേടി. ആണവായുധ പരീക്ഷണം നിർത്താനുള്ള ശ്രമത്തിന് 1962–ൽ സമാധാനത്തിനുള്ള നോബൽ സമ്മാനം ലഭിച്ചു.

16. ലസാറൊ കാർഡിനാസ് – (1895–1970) മെക്സിക്കൻ പ്രസിഡന്റ് (1934–1940). സ്വകാര്യഭൂമി കർഷകർക്ക് വിതരണം ചെയ്തു. വ്യവസായശാലകൾ തൊഴി ലാളി സഹകരണ സംഘങ്ങളാക്കി. വിദേശ എണ്ണക്കമ്പനികൾ ദേശസാൽ ക്കരിച്ചു.

ക്കിടയിൽ കൂടെ അസാധാരണമായ ഉല്ലാസ സാഹസസഞ്ചാര
ത്തിന് പുറപ്പെട്ടു.

പെദ്രോ പ്രാഡൊവിന്റെ ജന്മഗൃഹത്തിൽ ആദ്യമായി
ആദരപൂർവം ഞാൻ കാൽകുത്തിയിട്ട് കാലം കുറേ കഴിഞ്ഞു.
മരിയാനൊ ലദോറിന്റെ ഭൗതികാവശിഷ്ടങ്ങളോട് വിടവാങ്ങിയിട്ടും
കാലം ഏറെയായി. ആ വേർപാടിന്റെ വേളയിൽ ചിലിയൻ
ഭൂപ്രകൃതി ദൃശ്യത്തോട് വേർപിരിയുന്നതുപോലുള്ള അനുഭൂതി
യാണ് അനുഭവപ്പെട്ടത്. നമ്മുടെ ഭൂതകാലവുമായി അഭേദ്യമായി
ബന്ധപ്പെട്ട ചിലത് അദ്ദേഹത്തോടൊപ്പം അപ്രത്യക്ഷമായി.

സത്യത്തിലും, പ്രതീക്ഷയുടെ തുടർച്ചയിലും നീതിയിലും
കവിതയിലും ശാശ്വതമായ സർഗാത്മകതയിലും എനിക്കുള്ള
വിശ്വാസം ആ ഭൂതകാലത്തിൽ നിന്നാണ് കൈവന്നത്. വർത്തമാന
കാലത്തിലും അത് എന്നോടൊപ്പമുണ്ട്. ഈ സൗഹൃദ സംഗമ
ത്തിൽ ഇവിടെയും അതിന്റെ സാന്നിധ്യമുണ്ട്.

വരുംകാലത്തിന്റെ വിളവെടുപ്പിന് വർത്തമാനകാലമത്രേ
കളമൊരുക്കുന്നത്. നിസാര വിഷയമാണ് ഇതെങ്കിലും ഒരു കാര്യം
ഞാൻ പ്രഖ്യാപിക്കട്ടെ. കവിത നാശമേൽക്കാത്തതാണ്; അത്
ആയിരം നുറുങ്ങുകളായേക്കാം. എന്നാലും വീണ്ടും പളുങ്കുരൂപ
മായി പരിണമിക്കും. മനുഷ്യനോടൊപ്പം പിറന്നതാണ് കവിത. അത്
മനുഷ്യനുവേണ്ടി പാടുന്നത് തുടരും. അത് ഇനിയും പാടും .
നമ്മളും പാടും.

എനിക്ക് സ്വാഗതമരുളിയ സർവകലാശാലയുടെയും കലാ
സാഹിത്യ വകുപ്പിന്റെയും മുമ്പാകെ ഞാൻ നിർവഹിച്ച സുദീർഘ
മായ പ്രഭാഷണവേളയിൽ ആധ്യക്ഷം വഹിച്ചത് ജുവൻ ഗോമസ്
മില്ലാസും യൂജിനോ ഗോൺസാലസുമാണ്. വളരെക്കാലമായി
വൈകാരികമായ അടുപ്പം പുലർത്തുന്ന സുഹൃത്തുക്കളാണവർ.
ധാരാളം കവികളുടെ പേര് ഞാൻ എന്റെ പ്രസംഗത്തിൽ എടുത്തു
പറഞ്ഞത് നിങ്ങൾ കേട്ടിരിക്കും. അവരെല്ലാം എന്റെ എഴുത്തിൽ
സ്വാധീനിച്ചവരാണ്. പേരു പറയാത്ത മറ്റു പലരും എന്റെ പാട്ടിന്റെ
പങ്കാളികളായിട്ടുണ്ട്.

എന്റെ ഗാനം നിലയ്ക്കുകയില്ല. അതിന്റെ രൂപവും ഭാവവും
ചിലർ നവീകരിക്കും. പുസ്തകങ്ങൾ അലമാരയ്ക്കകത്ത് ചലിക്കും.
പുതിയതും കേൾക്കാത്തതുമായ പദങ്ങളും പുതിയ ചിഹ്നങ്ങളും
മുദ്രകളും കവിതയുടെ കവാടത്തിനു മുന്നിൽ കിലുങ്ങും.

2

ചോദ്യത്തിന് ഉത്തരം നൽകൽ

രണ്ടായിരമാണ്ടിൽ കവിതയുടെ ഭാവി എന്ത് എന്നു നിങ്ങൾ ചോദിച്ചേക്കാം. ഇത് ഒരു കനത്ത ചോദ്യമാണ്. ആ ചോദ്യത്തി ലേക്ക് കടന്നാൽ അത് ഇരുണ്ട ഇടനാഴിയിലേക്ക് നയിക്കും. അത് എന്നെ ഭയപ്പെടുത്തും:

കാരണം, രണ്ടായിരമാണ്ടിനെപ്പറ്റി എനിക്ക് എന്തറിയാം? മറ്റൊരുകാര്യം, കവിതയെപ്പറ്റി എനിക്ക് എന്തറിയാം?

ഒന്നു ഞാൻ പറയാം. അടുത്ത നൂറ്റാണ്ടിൽ കവിതയുടെ മരണാനന്തരക്രിയകൾ നടക്കാനിടയില്ല.

ഓരോ കാലത്തും കവിത, ഇതാ മരിച്ചു എന്നു തോന്നും. എന്നാൽ പുഷ്ടിപ്പെടുന്നതിന്റെയും ഈടു നിൽക്കുന്നതിന്റെയും അടയാളം കാണിക്കുകയും ചെയ്യും. കവിത അതിന്റെ വീര്യം പ്രദർശിപ്പിക്കും. ആരോഗ്യകരമായ തിരിച്ചുവരവിന്റെ ലക്ഷണം കാട്ടും. കവിതയ്ക്ക് അനശ്വരമായ ജീവിതമാണ് ഉള്ളത് എന്ന് തോന്നുന്നു. ദാന്തെയുടെ കാലത്തോടെ കവിത അവസാനിച്ചു എന്ന് തോന്നിച്ചിരുന്നു. എന്നാൽ അധികം കഴിയും മുമ്പ് ജോർജ് മന്റിക് അന്തരീക്ഷത്തിലേക്ക് ഒരു തിളങ്ങുന്ന സ്പുട്നിക് തൊടുത്തുവിട്ടു. ഇരുളിൽ അത് ജ്വലിച്ചു നിന്നു. പിന്നീട് വിക്ടർ ഹ്യൂഗോ പ്രത്യക്ഷപ്പെട്ടു. ഇനി വരുന്നവർക്ക് ഒന്നും പറയാൻ ബാക്കി വയ്ക്കാതെയാണ് അപ്രത്യക്ഷമായത്. ചാൾസ് ബോദ്‌ലയർ എന്ന ഊർജസ്വലനായ യുവ സുന്ദരൻ രംഗത്ത് പ്രത്യക്ഷപ്പെട്ടു. സ്ഥിര വാസ ശീലമില്ലാത്ത ആർതർ റിംബോ എന്ന ചെറുപ്പക്കാരനും പിന്തുടർന്നു വന്നു. അതോടെ കവിതയ്ക്ക് പുതിയ ഉണർവ് കൈവന്നു. പിന്നീട് വാൾട്ട് വിറ്റ്മാന്റെ കവിതകൾ കണ്ടശേഷം ആർക്കാണ് കവിതയെഴുതാൻ ആശ തോന്നുക? പുല്ലിന്റെ സമസ്ത ഹരിതഭംഗിയും അദ്ദേഹം അവതരിപ്പിച്ചു. പച്ചപ്പിന് മുകളിലൂടെ

ആർക്കും നടക്കാനാവില്ല. മയക്കോവ്സ്കി പണിത കവിതാ മന്ദിരത്തിന്റെ കാഹളംവിളിയും വെടിയൊച്ചയും നെടുവീർപ്പും തേങ്ങലും തീവണ്ടി ഗർജ്ജനവും കവചിത വാഹനവും എല്ലാം പ്രത്യക്ഷമായി. കവിതയുടെ കഥ അങ്ങനെ നീളുന്നു.

കവിതയുടെ കണ്ണിന്റെ വെളിച്ചം കുത്തിക്കെടുത്താനും ശ്വാസം മുട്ടിച്ചു കൊല്ലാനും കവിതയുടെ എതിരാളികൾ എപ്പോഴും ശ്രമിക്കാറുണ്ട്. അവർ അതിന് പലതരത്തിലും തുനിഞ്ഞിറങ്ങും. ഉന്നതരായ സൈനിക ഉദ്യോഗസ്ഥർ, വെളിച്ചത്തിന്റെ ശത്രുക്കൾ, ഉദ്യോഗസ്ഥ ദുഷ്പ്രഭുക്കൾ എന്നിവർ കവികൾക്കെതിരായി പട്ടാള മുന്നേറ്റം നടത്തും. ചിലരെ അവർ നിരുത്സാഹപ്പെടുത്തും. മറ്റു ചിലരെ വഴി തെറ്റിക്കും. അല്പം പേരെ പിന്തിരിപ്പിക്കും. എന്നാലും കവിത തന്റെ കർത്തവ്യം തുടരും; ജലധാരപോലെ വെള്ളം തെറിപ്പിക്കും. മുറിവിൽ ചോരയൊഴുക്കും, ചുറ്റികയും ചവണയും പണിയും. മരുഭൂമിയിൽ ഗാനം പൊഴിക്കും, മാമരം പോലെ മാനം മുട്ടേ വളരും, പുഴപോലെ കരകവിഞ്ഞൊഴുകും, ഉന്നതമായ ബോളീവിയൻ സമതലത്തിനു മുകളിലെ രാത്രികാലത്തെ ആകാശത്തിൽ ചിതറി നിന്നു മിന്നുന്ന നക്ഷത്രങ്ങളാകും!

മരിക്കുന്നവരുടെ അരികിൽ കവിത ശമനം നൽകി നിൽക്കും. വിജയങ്ങളുടെ മുന്നണിപ്പടയാകും, ഏകാകികളുടെ കൂട്ടാളിയാകും. അഗ്നിയായി ആളിപ്പടരും, പ്രകാശനാളം പരത്തും, മഞ്ഞുപോലെ കുളിരു പകരും, കവിതയ്ക്ക് കരങ്ങളുണ്ട്, വിരലുകളും മുഷ്ടികളും ഉണ്ട്. അത് വസന്തമുകുളങ്ങളാകും. ഗ്രനാഡ്ഡാ നഗരത്തിന്റെ കണ്ണുകളാകും. നിയന്ത്രിത ഗതിവേഗമുള്ള വാണങ്ങൾ പോലെ കുതിക്കും. കവിതക്ക് കോട്ടയേക്കാൾ കരുത്തുണ്ട്. മനുഷ്യരുടെ ഹൃദയത്തിൽ അത് വേരുകൾ ആഴ്ത്തും.

പുതിയ നൂറ്റാണ്ടിന്റെ തുടക്കത്തിൽ കവികൾ കവിത വിളംബരം ചെയ്യാൻ വിപ്ലവം നടത്തില്ല. മനുഷ്യപുരോഗതിക്ക് ഒപ്പമേ കവിത പ്രചരിക്കുകയയുള്ളു. മനുഷ്യവർഗത്തിന്റെ വികസന ത്തിനും പുസ്തകത്തിന്റെ ലഭ്യതയ്ക്കും സംസ്കാരത്തിന്റെ വളർച്ചയ്ക്കും അനുസരിച്ചാണ് കവിതയുടെ വളർച്ച. അടി ച്ചേല്പിച്ചും ഭരിച്ചും കവികൾ തന്നെ കവിതയുടെ പ്രചാരണത്തിന് മുതിരേണ്ടതില്ല. ചില കവികൾ ഇപ്പോൾ അങ്ങനെ ചെയ്തു വരുന്നുണ്ട്. ചിലർ വളരെ മോശമായി ചിലർ കുറച്ചു മോശമായി; കവികൾ നല്ല ഉപദേശകരാണ്. ശ്രദ്ധിക്കാത്തവരോട് വേദന കാട്ടും. ഭരണകൂടം അതിന്റെ ജനങ്ങളുമായി ആശയനിവേദനം നിർവഹി ക്കുന്നുണ്ട്. മനുഷ്യന്റെ വേദനയെപ്പറ്റി കവിത രഹസ്യ നിവേദനം നടത്തുന്നു. കവികളുടെ ശബ്ദം ശ്രദ്ധിക്കേണ്ടതാണ്. ചരിത്ര ത്തിന്റെ പാഠം അതാണ്.

രണ്ടായിരമാണ്ടിൽ ഏറ്റവും ഒടുവിലത്തെ കവി എല്ലാ യിടത്തും പ്രചാരത്തിലുള്ള കവി, ഇന്ന് ആരും വായിക്കാത്ത ഒരു ഗ്രീക്കു കവിയായിരിക്കും: അദ്ദേഹത്തിന്റെ പേരാണ് ഹോമർ.

ഞാൻ ഇത് വിശ്വസിക്കുന്നു. അതുകൊണ്ട് ഞാൻ വീണ്ടും അദ്ദേഹത്തിന്റെ കൃതികൾ വായിച്ചു തുടങ്ങുന്നു. മധുരവും ധീരവുമായ അദ്ദേഹത്തിന്റെ പ്രചോദനം തേടിച്ചെല്ലുന്നു. അദ്ദേഹത്തിന്റെ ശാപവും പ്രവചനവും അന്വേഷിക്കുന്നു. ഇതിഹാസത്തിന്റെ വെണ്ണക്കല്ല് തേടിപ്പോകുന്നു. അന്ധന് വഴി കാട്ടുന്ന അദ്ദേഹത്തിന്റെ വടി കണ്ടെത്തുന്നു.

പുതിയ നൂറ്റാണ്ടിന്റെ വരവോടെ ഞാൻ എന്റെ കവിതയിൽ ഹോമറെ അനുസരിക്കും; അതിശയിക്കാൻ ശ്രമിക്കും. കൽപിത കഥയിലും പ്രഖ്യാത സമുദ്രത്തിലും ആണ്ട അദ്ദേഹത്തിന്റെ ശൈലി എനിക്ക് ഇണങ്ങാതിരിക്കില്ല.

ഇഥാകയിലെ രാജാവായ യൂലിയസിന്റെ[1] പതാകകൾ വഹിച്ച് ഞാൻ തെരുവുകളിലൂടെ നടക്കും. അതോടെ യവനന്മാർ തടവുകളിൽ നിന്ന് പുറത്തിറങ്ങും. അവർ എന്നെ അനുഗമിക്കും. ഇരുപത്തൊന്നാം നൂറ്റാണ്ടിന്റെ കവിതയുടെ ആദർശ മാതൃകകൾ അവതരിക്കും.

---

1. യൂലിയസ് – ഹോമറിന്റെ ഒഡീസിയിലെ നായകനായ ഒഡീസിയസിന്റെ ലാറ്റിൻ നാമം.

3

മഹാനഗരത്തിലേക്ക്*

എന്റെ പ്രഭാഷണം, സുദീർഘമായ സഞ്ചാരത്തിന്റെ വിവരണമാകാൻ സാധ്യതയുണ്ട്. സ്കാൻഡിനേവിയയുടെ പ്രകൃതിദൃശ്യങ്ങളോടും വനാന്തരങ്ങളോടും ഒട്ടും കുറവല്ലാത്ത സാദൃശ്യമുള്ളതും ഭൂഗോളത്തിന്റെ മറുപുറത്ത് കിടക്കുന്നതുമായ ദൂരദേശങ്ങളിലൂടെ, ഞാൻ നടത്തിയ യാത്രയുടെ വിവരണം. തെക്കേ അറ്റം വരെ വ്യാപിച്ചു കിടക്കുന്ന ഞങ്ങളുടെ രാജ്യത്തിന്റെ അതിർത്തി, ദക്ഷിണ ധ്രുവത്തെ സ്പർശിച്ചു നിൽക്കുന്നു. ഞങ്ങൾ, ചിലിയൻ ദേശക്കാർ, നിങ്ങളിൽ നിന്ന് അകലെ പാർക്കുന്നവരാണ്. ഭൂഗോളത്തിന്റെ മഞ്ഞുമൂടിയ ഉത്തരധ്രുവത്തോളം നീണ്ടു കിടക്കുന്ന സ്വീഡന്റെ ഭൂമിശാസ്ത്രത്തെ അത് അനുസ്മരിപ്പി ക്കുന്നു.

മറവിൽ മറഞ്ഞ സംഭവങ്ങൾക്ക് സാക്ഷിയായ എന്റെ ജന്മഭൂമിയുടെ വിശാലതയിലൂടെ ഞാൻ സഞ്ചരിക്കുകയുണ്ടായി. അർജന്റീനയോട് തൊട്ടുനിൽക്കുന്ന രാജ്യാതിർത്തി കാണാൻ ആൻഡീസ് പർവതനിര കയറിക്കടന്നു ചെല്ലാൻ നിർബന്ധിതമായി. കൊടുംവനങ്ങളുടെ ഉള്ളിലൂടെ, അവ്യക്തമായ വഴികളിലൂടെ നടത്തിയ യാത്ര, നിഗൂഢവും നിരോധിതവുമായ തുരങ്കത്തിലൂടെ യുള്ള സഞ്ചാരംപോലെ അനുഭവപ്പെട്ടു. ഏതുവഴിയിലൂടെ നീങ്ങണം എന്ന് സൂചന തരുന്ന ഊടുപാതകൾ ഒന്നും ഉണ്ടായിരു ന്നില്ല.

ഞാനും നാല് കൂട്ടാളികളും കുതിരപ്പുറത്താണ് സഞ്ചരിച്ചത്. വളവുതിരിവുകളുള്ള വഴികളിലൂടെ, വൻമരങ്ങളുടെ തടസം

---

* സാഹിത്യത്തിനുള്ള നോബൽസമ്മാനം സ്വീകരിച്ചുകൊണ്ട് (1971) പാബ്ളോ നെരൂദ ചെയ്ത പ്രസംഗം

ഒഴിവാക്കി, കടക്കാൻ കഴിയാത്ത പുഴകളെ ഒഴിഞ്ഞുമാറി, കീഴ്ക്കാംതൂക്കായ മലഞ്ചെരിവുകളിൽ നിന്ന് വിട്ടുമാറി, മഞ്ഞു മൂടിയ വിശാല വിജനസ്ഥലങ്ങളിൽ നിന്ന് അകന്ന്, എന്റെ സ്വതന്ത്രമായ ഇടത്താവളം തേടിയുള്ള അന്ധമായ പ്രയാണം ഞങ്ങൾ തുടർന്നു. ഇടതിങ്ങി വളർന്ന വൃക്ഷങ്ങളുടെ ഇടയിലൂടെ കടന്നുപോകേണ്ട രീതി കണ്ടുപിടിക്കാൻ കഴിവുള്ളവരായിരുന്നു കൂട്ടുയാത്രക്കാർ. പോകുന്ന വഴിയിൽ, മരങ്ങളുടെ പുറംതോലിൽ കത്തികൊണ്ട് ചെത്തി, അടയാളം വെക്കാൻ അവർ ശ്രദ്ധിച്ചു. എന്നെ എന്റെ പാട്ടിനുവിട്ട് മടങ്ങി വരുമ്പോൾ വഴിതെറ്റാതിരിക്കാൻ അവർ സ്വീകരിച്ച മുൻകരുതലായിരുന്നു അത്.

അനന്തമായ വിജനതയിലൂടെ, വൃക്ഷങ്ങളുടെ ഹരിതവും ശുദ്ധവുമായ നിശ്ശബ്ദതയിലൂടെ, പടർന്നുമുടിയ വള്ളിക്കെട്ടുകൾ ക്കുള്ളിലൂടെ, നൂറ്റാണ്ടുകളായി രൂപപ്പെട്ട മണ്ണടരുകളുടെ മുകളി ലൂടെ, പകുതിക്കുവെച്ച് പൊട്ടിവീണ് മാർഗം മുടക്കുന്ന മരങ്ങൾ ക്കിടയിലൂടെ, പ്രകൃതിയുടെ നിഗൂഢവും വിസ്മയഭരിതവുമായ ലോകത്തിലൂടെ ഞങ്ങൾ പോയ്ക്കൊണ്ടേയിരുന്നു. ഇടയ്ക്ക് തണുപ്പും മഞ്ഞും ഭീഷണിപ്പെടുത്തി. ഏകാന്തത, നിശ്ശബ്ദത, അപകടം, ദൗത്യത്തിന്റെ അടിയന്തരസ്വഭാവം എന്നിവയെല്ലാം ചേർന്ന് ഭീതിയും ഭീഷണിയും വളർത്തി.

തിരിച്ചറിയാൻ വിഷമമുള്ള അവ്യക്തമായ വഴിയിലൂടെയാണ് ചിലപ്പോൾ ഞങ്ങൾ നീങ്ങിയത്. കള്ളക്കടത്തുകാരും ഒളിച്ചോടുന്ന കുറ്റവാളികളും സഞ്ചരിച്ച് ഉണ്ടായ വഴിയാകാം അത്. ഹേമന്ത ത്തിന്റെ ഹിമഹസ്തങ്ങൾ ആ യാത്രികരെ നശിപ്പിച്ചിരിക്കാം. ആൻഡീസ് മലമുകളിലൂടെ ആഞ്ഞുവീശുന്ന കൊടുംമഞ്ഞുകാറ്റിൽ നിലതെറ്റിവീണ അവർ, ഏഴുതട്ടോളം ഉയരമുള്ള നീഹാര ധവളിമയുടെ അടിയിൽ അടക്കം ചെയ്യപ്പെട്ട കാര്യവും ഞങ്ങൾക്ക് അജ്ഞാതമായിരുന്നു.

മനുഷ്യർ പെരുമാറിയതിന്റെ ലക്ഷണം വഴിയുടെ ഇരു വശവും, വനവിജനതയിൽ എനിക്ക് കാണാൻ കഴിഞ്ഞു. ശവം അടക്കം ചെയ്ത പെരുക്കൻ മൺകൂനകൾ വഴിയുടെ ഇരുപുറവും വിജനവനാന്തരത്തിൽ അവിടവിടെ കാണാൻ ഇടയായി. അനവധി ഹേമന്തങ്ങൾ അതിജീവിച്ച മരക്കമ്പുകൾ അവയ്ക്കു മുകളിൽ കുന്നുകൂടിക്കിടക്കുന്നു. അതുവഴി അതിനകം കടന്നുപോയ ആയിരങ്ങൾ ആചാരം അർപ്പിച്ചതിന്റെ അടയാളമായിരുന്നു അത്. ലക്ഷ്യം എത്തും മുമ്പേ വഴിയിൽ തോൽവിയടഞ്ഞ് മഞ്ഞിനടിയിൽ മുമ്പേ മറവു ചെയ്യപ്പെട്ടവരുടെ ഓർമ്മപേറി നിൽക്കുന്ന ശവത്തറ കൾക്കു മുകളിൽ എന്റെ കൂട്ടുയാത്രക്കാർ മരക്കൊമ്പുകൾ വെച്ചു.

വഴിനടക്കുന്നവരുടെ തലയ്ക്കു തട്ടുന്ന താണുകിടന്ന വൻമരങ്ങ
ളുടെ ശാഖകൾ അവർ കത്തികൊണ്ട് വെട്ടിമാറ്റി. ശീതക്കാറ്റിൽ വിറ
കൊള്ളുന്ന അവസാനത്തെ അല്പം ഇലകളുള്ള ഓക്കുമരക്കൊമ്പു
കളും അവർ മുറിച്ചെടുത്തു. അജ്ഞാത സഞ്ചാരികളെ അനുസ്മ
രിച്ച് ഞാനും മൺതറയ്ക്കുമീതെ മരക്കൊമ്പുകൾ സമർപ്പിച്ചു.

വഴിയിൽ ഞങ്ങൾക്ക് പുഴ കടക്കേണ്ടതുണ്ടായിരുന്നു.
ആൻഡീസ് പർവതമുകളിൽ നിന്ന് അരുവികൾ തലചുറ്റിക്കുന്ന
ഉന്മാദവേഗതയോടെ താഴോട്ട് ചാടിയൊഴുകി, ഉയരങ്ങളിൽ നിന്ന്
ഉൾക്കൊണ്ട ഊക്കിൽ താഴെ കല്ലും മണ്ണും ഇളക്കിമറിക്കുന്ന
ആവേഗത്തോടെ ആഞ്ഞുപതിച്ച് വെള്ളച്ചാട്ടം ഒരുക്കും. എന്നാൽ
ഇത്തവണ കണ്ടത് ശാന്തമായ ജലപ്പരപ്പായിരുന്നു. കണ്ണാടിപോലെ
തെളിഞ്ഞ ജലാശയം ആഴമില്ലാത്തതും ഇറങ്ങിക്കടക്കാവുന്നതും
ആണെന്ന് തോന്നി.

കുതിരകൾ വെള്ളം ഇളക്കിത്തെറിപ്പിച്ച് മുന്നോട്ടു നീങ്ങിയെ
ങ്കിലും പെട്ടെന്ന് നിലതെറ്റി നീന്താൻ തുടങ്ങി. എന്റെ കുതിര
വെള്ളത്തിൽ ഏതാണ്ട് മുങ്ങിയ നിലയിലായി. ഞാൻ ഒരിടത്തും
നിലകിട്ടാതെ മുങ്ങാനും പൊങ്ങാനും തുടങ്ങി. കാലടികൾ
സാഹസികതയോടെ നിഷ്ഫലമായി മല്ലിച്ചു. ജലപ്പരപ്പിനു മീതെ
തല ഉയർത്തിപ്പിടിക്കാൻ കുതിര പാടുപെട്ടു. വളരെ പതുക്കെ
അവസാനം എങ്ങനെയോ ഞങ്ങൾ കരപറ്റി.

തഴക്കവും പഴക്കവും ഉള്ള നാട്ടുകാരായ കൂട്ടുയാത്രക്കാർ,
മറുകരയിൽ എത്തിയപ്പോൾ, പണിപ്പെട്ട് മറച്ചുവെച്ച പുഞ്ചിരി
യോടെ ചോദിച്ചു.

"നിങ്ങൾ പേടിച്ചുപോയയോ?"

"വല്ലാതെ പേടിച്ചു. എന്റെ അവസാനം അടുത്തു എന്നാണ്
ഞാൻ കരുതിയത്......"ഞാൻ മറുപടി നൽകി.

"ഊരാക്കുടുക്കിട്ട കയർ കൈയിലേന്തി ഞങ്ങൾ പിന്നാലെ
ഉണ്ടായിരുന്നു." അവർ പറഞ്ഞു.

അവരിൽ ഒരാൾ പറഞ്ഞു, "നിലതെറ്റിവീണ എന്റെ അച്ഛനെ
നീരൊഴുക്ക് തട്ടിക്കൊണ്ടുപോയത് അതാ അവിടെവെച്ചാണ് –
നിങ്ങൾക്കത് സംഭവിച്ചില്ല."

പ്രകൃതി നിർമിതമായ ഒരു തുരങ്കത്തിനു മുന്നിൽ ഞങ്ങൾ
എത്തി. ഗംഭീരമായ മല തുരന്ന് ഒഴുകി അപ്രത്യക്ഷമായ കൂറ്റൻ
നദി രൂപപ്പെടുത്തിയതാവാം ആ തുരങ്കം. അല്ലെങ്കിൽ ഭൂകമ്പം
കൊണ്ട് ഉണ്ടായതാകാം. കരിങ്കൽപ്പാറക്കെട്ട് പിളർന്നുണ്ടായ ആ
തുരങ്കത്തിലേക്ക് കടന്ന് ഏതാനും ചുവട് നീങ്ങുമ്പോഴേക്കും
കുതിരകളുടെ നിലതെറ്റി നിരപ്പില്ലാത്ത പരുക്കൻ പാറത്തറയിൽ

മുട്ടുമടങ്ങി വീഴാൻ പോയി. ലാടത്തിൽ നിന്ന് തീപ്പൊരി ചിതറി. ഞാൻ കുതിരപ്പുറത്തുനിന്ന് തെറിച്ച് പാറപ്പുറത്ത് മറിഞ്ഞു കെട്ടിവീഴുമെന്ന് പലവട്ടം ഭയപ്പെട്ടു. കുതിരയുടെ വായിലും മൂക്കിലും കാലിലും ചോരയൊഴുകി. സുദീർഘമായ യാത്രയിൽ അനുഭവപ്പെട്ട വിഷമതകൾ ഞങ്ങൾ എങ്ങനെയോ തരണം ചെയ്തു. അതിപ്രാചീനമായ ആ വനമധ്യത്തിൽ ഗംഭീരമായ എന്തോ ഒന്ന് കാത്തുകിടപ്പുണ്ട്എന്ന് എനിക്ക് തോന്നി.

അസാധാരണമായ ദൃശ്യം പെട്ടെന്ന് ഞങ്ങളുടെ മുന്നിൽ പ്രത്യക്ഷപ്പെട്ടു. പാറക്കൂട്ടങ്ങൾക്കു നടുവിൽ മനോഹരമായ ചെറു മൈതാനം. തെളിവെള്ളം, പച്ചപ്പുല്ല്, കാട്ടുപൂക്കൾ, മർമരം ഉതിർക്കുന്ന അരുവി. മുകളിൽ നീലവാനം ഇലകൾ തടയാത്ത വെളിച്ചം മുകളിൽ നിന്ന് പ്രവഹിക്കുന്നു.

പരിശുദ്ധ പൂജാവേദിയിലെ അതിഥികളെപ്പോലെയും ഒരു മാന്ത്രികവൃത്തത്തിന്നുള്ളിൽ അകപ്പെട്ടതുപോലെയും അവിടം അനുഭവപ്പെട്ടു. പരിപാവനമായ ഒരു ചടങ്ങിൽ അവിടെവെച്ച് ഞാൻ പങ്കെടുത്തു. പശുപാലകർ കുതിരപ്പുറത്തുനിന്ന് താഴെ ഇറങ്ങി. ആ സ്ഥലത്തിന് മധ്യത്തിൽ ഒരു കാളത്തലയോട് വെച്ചിട്ടുണ്ട്. ഓരോ ആളും മുന്നോട്ട് ചെന്ന് നിശ്ശബ്ദം കാളത്തലയോടിന്റെ കൺകുഴി യിൽ നാണയവും ആഹാരവസ്തുവും നിക്ഷേപിച്ചു. വഴിതെറ്റിയ യാത്രക്കാർക്കും ശരണാർഥികൾക്കും അപ്പവും ആശ്രയവും ലഭിക്കാനുള്ള ആ ദിവ്യകർമത്തിൽ ഞാനും പങ്കാളിയായി.

അവിസ്മരണീയമായ ആ ആഘോഷം അങ്ങനെ അവിടെ അവസാനിച്ചില്ല. എന്റെ നാടൻ കൂട്ടുകാർ തൊപ്പി ഊരിവച്ച്, ഉപേക്ഷിക്കപ്പെട്ട കാളത്തലയോടിനു ചുറ്റും ഒറ്റക്കാലിൽ തുള്ളി ക്കൊണ്ട് വിചിത്രമായ നൃത്തം ചവിട്ടാൻ തുടങ്ങി. അവർക്കുമുമ്പേ ആ വഴിയിലൂടെ അനേകർ കടന്നുപോയിക്കാണും. അവരും ആ തലയോടിനുചുറ്റും ചുവടുവച്ച് നൃത്തമാടിയിരിക്കും. അവരുടെ കാൽപ്പാടുകൾ പതിഞ്ഞ ചുറ്റുവട്ടത്തിനു മുകളിലൂടെ ഇതാ ഇവരും നൃത്തം വെക്കുന്നു. ദുർജ്ഞേയരായ നാടൻ കൂട്ടുകാരുടെ കൂട്ടത്തിൽ കൂടി നിൽക്കുമ്പോൾ എന്റെ മനസിലൂടെ ഇങ്ങനെ യൊരു വിചാരം മിന്നിക്കടന്നുപോയി. സഹായാഭ്യർഥനയും അതിനുള്ള മറുപടിയും അടങ്ങുന്ന ഒരുതരം ബന്ധത്തിന്റെ ചങ്ങലകൊണ്ട് ഈ ലോകത്തിന്റെ ഏതു കോണിലുമുള്ള അജ്ഞാതരായ ആളുകൾ തമ്മിൽ ബന്ധിക്കപ്പെട്ടിരിക്കുന്നു.

എന്റെ ജന്മദേശത്തിന്റെ അതിർത്തിയിൽ എത്തുന്നതിന് തൊട്ടുമുമ്പ് ഞങ്ങൾ പർവതങ്ങൾക്കിടയിലെ അവസാനത്തെ ചുരത്തിൽ രാത്രിനേരത്ത് എത്തിച്ചേർന്നു. തീ കത്തുന്ന വെട്ടം

പെട്ടെന്ന് ഞങ്ങളുടെ കണ്ണിൽപെട്ടു. ആൾപെരുമാറ്റത്തിന്റെ തീർച്ചപ്പെട്ട അടയാളം. അതിനടുത്തേക്ക് കുറേക്കൂടി മുന്നോട്ടു ചെന്നപ്പോൾ പകുതി തകർന്ന കെട്ടിടങ്ങൾ കണ്ടു; ആളുകൾ ഒഴിഞ്ഞു പോയ കൊച്ചുപുരകൾ. അതിൽ ഒന്നിന്റെ ഉള്ളിലേക്ക് ഞങ്ങൾ കടന്നു. മരക്കൊമ്പുകൾ കത്തുന്ന അഗ്നികുണ്ഡം നിലത്ത് കണ്ടു. കൂറ്റൻ മരത്തടി രാപകൽ ഇടതടവില്ലാതെ എരിഞ്ഞുകൊണ്ടിരുന്നു. മേൽപ്പുരയുടെ പഴുതിലൂടെ പുകപടലം പുറത്ത് ഇഴഞ്ഞുകടന്ന് രാത്രിയുടെ നടുവിൽ കടുംനീല മേലാപ്പ് വിരിച്ചു. മലവാസികൾ ഉണ്ടാക്കിയ പാൽക്കട്ടി, തീക്കുണ്ഡത്തി നരികെ കൂമ്പാരമായി കൂട്ടിവെച്ചിരിക്കുന്നു. തീയുടെ ചുറ്റും ധാരാളം പേർ കൂട്ടംകൂടിയിരിപ്പാണ്. ഇരുളിൽ തീക്കനൽത്തിളക്കത്തിൽ നിശ്ശബ്ദതയിൽ ഒരു ഗിത്താറിന്റെ നേർത്ത സ്വരം തിരിച്ചറിഞ്ഞു. ഒരു പാട്ടിലെ പദങ്ങളും അവ്യക്തമായി അലയടിച്ചു. ഞങ്ങളുടെ യാത്രയിൽ ആദ്യമായി കേട്ട മനുഷ്യശബ്ദമായിരുന്നു അത്. പ്രേമത്തിന്റെയും വിരഹത്തിന്റെയും വിലാപഗീതം. അകലെയുള്ള വസന്തത്തിന്റെ വരവിനുവേണ്ടിയുള്ള അഭിലാഷം. അവിടെ കൂടിയ ആളുകളിൽ ആർക്കും ഞങ്ങൾ ആരാണെന്ന് അറിയില്ല. യാത്രാ ലക്ഷ്യത്തെപ്പറ്റി അറിയില്ല. എന്റെ പേര് അവർ ഒരിക്കലും കേട്ടിട്ടു പോലും ഉണ്ടാവില്ല. എന്റെ കവിതയെപ്പറ്റിയും അവർ അജ്ഞരാണ്. അതല്ല, ഒരുപക്ഷേ അവർക്ക് അവയെല്ലാം അറിവുണ്ടായിരിക്കുമോ? സത്യത്തിൽ സംഭവിച്ചത് ഇതാണ്: ആ തീക്കുണ്ഡത്തിനു ചുറ്റും ഇരുന്ന് ഞങ്ങൾ പാടുകയും വിശപ്പടക്കുകയും ചെയ്തു. പിന്നീട് ഇരുളിൽ പ്രാകൃതമായ അറകളിലേക്ക് ചെന്നു. തീമലകളിലെ ചൂടുവെള്ളം ഒഴുകുന്ന തോട് അവിടെ ഉണ്ടായിരുന്നു. ഞങ്ങൾ അതിൽ ഇറങ്ങിക്കുളിച്ചു. ആഹ്ലാദത്തോടെ നീന്തിത്തുടിച്ചു. കൂതിരപ്പുറത്ത് ദീർഘയാത്ര ചെയ്ത ഞങ്ങൾ ഭാരം ഇറക്കിവെച്ച് ആശ്വസിച്ചു. പുത്തൻ ഉണർവ് പകർന്നുകിട്ടി. പ്രഭാതത്തിൽ യാത്ര പുനരാരംഭിച്ചപ്പോൾ ജ്ഞാനസ്നാനം ചെയ്യപ്പെട്ടതുപോലെ പുനർജന്മത്തിന്റെ പ്രതീതി അനുഭവപ്പെട്ടു.

എന്റെ ജന്മനാട്ടിൽ നിന്ന് അൽപ്പം അകലേക്കുള്ള യാത്ര വീണ്ടും തുടങ്ങി. വിശ്വത്തിന്റെ വിശാലവീഥിയിലേക്കുള്ള എന്റെ പ്രയാണത്തിന്റെ തുടക്കം. ഒരു കാര്യം ഞാൻ വ്യക്തമായി ഓർക്കുന്നു. അവർ പാടിയ പാട്ടിനും നൽകിയ ആഹാരത്തിനും ചൂടുവെള്ളത്തിനും അന്തിയുറങ്ങാൻ തന്ന മെത്തയ്ക്കും- ഇത്രയും കൂടി പറയട്ടെ, ഞങ്ങളുടെ യാത്രയ്ക്കിടയിലെ ആകസ്മികവും സ്വർഗീയവുമായ അഭയത്തിന് – നന്ദി പ്രകാശിപ്പിക്കാൻ ഞങ്ങൾ ആ പർവതവാസികൾക്ക് അൽപ്പം പണം നൽകാൻ ഒരുങ്ങി. അവർ

അത് കൈയോടെ നിരസിച്ചു. "ഒന്നും വേണ്ട." ഞങ്ങളെ സൽക്കരിക്കേണ്ടതും സേവിക്കേണ്ടതും അവരുടെ കടമയാണ് എന്ന മട്ട്. "ഒന്നും വേണ്ട" എന്ന മിതമായ വാക്കിൽ എളുപ്പത്തിൽ തിരിച്ചറിയാൻ കഴിയുന്ന ഏക അർഥം ഒളിച്ചുവെച്ചിട്ടുണ്ട്.

ഒരേ സ്വപ്നത്തിന്റെ പങ്കാളിത്തം പറ്റുന്നവരാണ് നാം എല്ലാവരും.

മഹതികളെ മഹാന്മാരെ, എങ്ങനെയാണ് കവിത എഴുതേ ണ്ടത് എന്ന് ഞാൻ പുസ്തകം നോക്കിയല്ല പഠിച്ചത്. കാവ്യമു റയെപ്പറ്റിയോ ശൈലിയെപ്പറ്റിയോ കാഴ്ചപ്പാടിനെപ്പറ്റിയോ പുതിയ കവികൾക്ക് എന്തെങ്കിലും ഉപദേശം നൽകാനും ഞാൻ ഒരുക്കമല്ല. എനിക്ക് ഒരിക്കലും മറക്കാനാവാത്ത അനുഭവമാണിത്. എന്റെ പ്രഭാഷണത്തിൽ കഴിഞ്ഞകാല സംഭവങ്ങളെപ്പറ്റി എന്തെങ്കിലും ഓർമ്മിച്ചെടുത്ത് വീണ്ടും പറയുന്നെങ്കിൽ അതിനുകാരണം എന്റെ ജീവിതയാത്രയിൽ എപ്പോഴും എനിക്കാവശ്യമായ പിന്തുണ എവിടെവെച്ചെങ്കിലും ലഭിച്ചിരുന്നു എന്നതാണ്. എന്റെ വാക്കുകളി ലൂടെ ഞാൻ ആവർത്തിച്ചുറപ്പിച്ച സൂത്രവാക്യം എന്നെ കാത്തിരിപ്പു ണ്ടായിരുന്നു. അവ എന്നെ എനിക്കുതന്നെ വെളിവാക്കിത്തരാൻ സഹായിച്ചു.

കവിത എഴുതാൻ ആവശ്യമായ കാര്യങ്ങൾ ഈ ദീർഘയാത്ര യ്ക്കിടയിൽ ഞാൻ കണ്ടെത്തി. മണ്ണിൽ നിന്നും ആത്മാവിൽ നിന്നും അതിനുവേണ്ട സംഭാവന ലഭിച്ചു. ക്ഷണികമോ ഉദാത്തമോ ആയ കർമ്മമാണ് കവിത എന്നു ഞാൻ കരുതുന്നു. ഏകാന്തതയും സഹാ നുഭൂതിയും അവിടെ തുല്യപങ്കുകാരായി ഒത്തുചേരുന്നു. വികാരവും പ്രയത്നവും കൂടിക്കലരുന്നു. അവനവനോടുതന്നെയുള്ള അടു പ്പവും മനുഷ്യരാശിയോടുള്ള അടുപ്പവും സമ്മേളിക്കുന്നു. പ്രകൃതി യുടെ നിഗൂഢതകളുടെ വെളിപ്പെടുത്തൽ നടക്കുന്നു. മനുഷ്യനും അവന്റെ നിഴലും മനുഷ്യനും അവന്റെ പ്രയത്നവും നിലനിൽക്കു ന്നത് കവിതയിലാണ് എന്ന് ഞാൻ ഉറച്ചുവിശ്വസിക്കുന്നു. വിശാല മായ കൂട്ടായ്മയുടെ വർധിച്ചുവരുന്ന ബോധം വളർത്തുന്നതും കവി തയാണ്. നമ്മിലെ യാഥാർഥ്യത്തെയും ഭാവനയെയും സ്വപ്നങ്ങ ളെയും എപ്പോഴും കൂട്ടിച്ചേർക്കുകയും ഐക്യപ്പെടുത്തുകയും ചെയ്യുന്നത് കവിതയാണ്.

പേടിപ്പെടുത്തുന്ന ഒരു നദി കടക്കുമ്പോൾ, കാളത്തലയോടിനു ചുറ്റും താളം തുള്ളുമ്പോൾ, ഉയരമുള്ള മലമുകളിലെ തെളിനീരരു വിയിൽ മുങ്ങിനിവരുമ്പോൾ, ഞാൻ പഠിച്ച പാഠങ്ങൾ എന്തായി രുന്നു എന്ന് ആ സംഭവം കഴിഞ്ഞ് വർഷങ്ങൾക്കുശേഷവും എനിക്കു വിശദമാക്കാനാവില്ല. ആ പാഠങ്ങൾ അന്യരുമായി പങ്കുവെ

ക്കാൻ എന്നിൽ നിന്നുതന്നെ ഉറന്നുവന്നതാണോ? അതല്ല അന്യ രിൽ നിന്ന് ആജ്ഞയായോ ആരോപണമായോ പുറത്തുവന്ന സന്ദേ ശമായിരുന്നോ? ഞാൻ സ്വയം അനുഭവിച്ചതാണോ, ഞാൻ തന്നെ സൃഷ്ടിച്ചതാണോ? അത് കവിതയാണോ സത്യമാണോ എന്നും എനിക്കറിയില്ല. ഇപ്പോൾ അനുഭവിക്കുന്ന കവിതയും ഈ അനുഭവ ങ്ങളെ പിന്നീട് വരികളായി മാറ്റുന്ന കവിതയും ക്ഷണികമാണോ സുസ്ഥിരമാണോ എന്നും അജ്ഞാതമത്രെ.

എന്റെ സുഹൃത്തുക്കളേ, അന്യരിൽ നിന്ന് ഒരു കവി പാഠം പഠിക്കേണ്ടതുണ്ട് എന്ന കാഴ്ചപ്പാട് ഇതിൽ നിന്ന് രൂപപ്പെട്ടിട്ടുണ്ട്. കടക്കാൻ കഴിയാത്ത കാടുകളില്ല, എല്ലാ പാതകളും ഏക ലക്ഷ്യ ത്തിലാണ് എത്തുന്നത്. നാം എന്താണ് എന്ന് അന്യരെ അറിയി ക്കുക എന്ന ലക്ഷ്യം. അതിന് നാം വിജനതയിലൂടെയും യാതനയി ലൂടെയും സഞ്ചരിക്കണം. ഒറ്റപ്പെടലും മൂകതയും സഹിക്കണം. സുന്ദരമായ സ്ഥലത്ത് അസുന്ദരമായി നൃത്തം ചവിട്ടണം. ശോക ഗാനം പാടണം. നാം മനുഷ്യരാണ് എന്ന തിരിച്ചറിവിൽ നിന്നും നമു ക്കെല്ലാം പൊതുഭാഗധേയമാണ് ഉള്ളത് എന്ന അവബോധത്തിൽ നിന്നും ഉയിർക്കൊണ്ട അതിപ്രാചീനമായ ആത്മാവിന്റെ ആചരണ മാണ് ഈ നൃത്തത്തിലും ഈ ഗാനത്തിലും അടങ്ങിയിട്ടുള്ളത്.

ചിലരോ പലരോ എന്നെ വിഭാഗീയവിചാരക്കാരായി കണക്കാ ക്കുന്നുണ്ട് എന്നത് വാസ്തവമാണ്. സൗഹൃദത്തിന്റെയും കർത്ത വ്യനിർവഹണത്തിന്റെയും പൊതുമേശ പങ്കിടുന്നതിൽ നിന്ന് എനിക്ക് വിലക്കുണ്ട് എന്നതും നേരാണ്. എന്നാലും ഞാൻ എന്റെ പക്ഷം വാദിച്ചു ശരിയാക്കാൻ ഒരുക്കമല്ല. കാരണം, അന്യരിൽ കുറ്റം ചുമത്തലും സ്വപക്ഷം വാദിച്ചു ശരിയാക്കലും കവിയുടെ കടമയല്ല എന്നാണ് ഞാൻ കരുതുന്നത്. ഒരു കവി മറ്റു കവികളെ കുറ്റപ്പെടു ത്താൻ മുതിരുകയോ അതുപോലെ ഏതെങ്കിലും കവി യുക്തിസ ഹമോ യുക്തിഹീനമോ ആയ ആരോപണങ്ങൾക്ക് മറുപടി നൽകി കാലം കഴിക്കുകയോ ചെയ്യുകയാണെങ്കിൽ, ഞാൻ വിശ്വസിക്കു ന്നത് അത്തരം അവസരങ്ങളിൽ അഹന്ത നമ്മെ വഴിതെറ്റിക്കാം എന്നാണ്. കവിത വായിക്കുന്നവരുടെയോ കവിതക്കുവേണ്ടി വാദി ക്കുന്നവരുടെയോ കൂട്ടത്തിലല്ല കവിതയുടെ ശത്രുക്കളെ തിരയേണ്ട ത്. കവിയുടെ ആത്മശക്തിയുടെ അഭാവത്തിലാണ് അത് സ്ഥിതി ചെയ്യുന്നത്. വിസ്മൃതരും പീഡിതരുമായ സമകാലിക സഹജീവി കൾക്ക് മനസിലാകുന്ന വിധത്തിൽ കവിത എഴുതാനുള്ള കവി യുടെ കഴിവുകേടാണ് കണക്കിലെടുക്കപ്പെടേണ്ട എതിരാളി. എല്ലാ കാലത്തുമുള്ള എല്ലാ രാജ്യത്തിലുമുള്ള എല്ലാ കവികൾക്കും ഇത് ബാധകമാണ്.

കവി 'കൊച്ചു ദൈവം' അല്ല. അല്ല, അയാൾ 'കൊച്ചുദൈവം' അല്ല. മറ്റു കൈവേലകളോ തൊഴിലുകളോ ചെയ്യുന്നവരിൽ നിന്ന് വ്യത്യസ്തമായ മുൻഗണനയോ നിഗൂഢമായ നിയതിയാൽ നിയുക്തമായ മഹത്വമോ കവികൾക്കില്ല. നമുക്കുവേണ്ടി അന്ന ന്നത്തെ അപ്പം പാകപ്പെടുത്തുന്നവനെയാണ് ഏറ്റവും മികച്ച കവി യായി ഞാൻ കണക്കാക്കുന്നത്. അടുത്തുള്ള അപ്പക്കൂട്ടിലെ അപ്പം ചുടുന്നവന്, അവനൊരു ദൈവമാണ് എന്ന അഹംഭാവമില്ല. വലിയ കഴിവോ യോഗ്യതയോ ഉണ്ടെന്ന് നടിക്കാതെ മാവു കുഴച്ച് തീയടു പ്പിൽ വെച്ച് സ്വർണനിറം ആകുന്നതുവരെ ചുട്ടെടുക്കുന്നു. വിശിഷ്ട മായ കൂട്ടായ്മയുടെ കടമ നിർവഹിക്കാൻ അൽപ്പം നമുക്ക് കൈമാ റുന്നു. ഈ ലളിതസത്യം ഉൾക്കൊള്ളുന്നതിൽ കവി വിജയിച്ചാൽ, തന്റെ സർഗപരിശ്രമത്തിനുള്ള പ്രചോദനമായി അതിനെ മാറ്റിയെടു ക്കാം. മനുഷ്യരാശിയെ ചൂഴ്ന്നു നിൽക്കുന്ന ചുറ്റുപാടുകൾ മാറ്റിയെ ടുക്കാനും അപ്പം, സത്യം, വീഞ്ഞ്, സ്വപ്നം എന്നീ മനുഷ്യവർഗ ഉൽപ്പന്നങ്ങൾ കൈമാറാനും സരളമോ സങ്കീർണമോ ആയ സമൂഹ നിർമാണത്തിന് സ്വയം സമർപ്പിക്കാനും കവിയും തയ്യാറാവണം. ഒരിക്കലും പൂർത്തീകരിക്കപ്പെടാത്ത ഈ സമരത്തിൽ, കവിയും അണിചേരണം. അവന്റെ പരിശ്രമവും അവന്റെ ആർദ്രതയും എല്ലാ മനുഷ്യരുടെയും എല്ലാത്തരം നിത്യപ്രവർത്തനങ്ങളിലും വ്യാപിപ്പി ക്കണം, വിയർപ്പിൽ, അപ്പത്തിൽ, വീഞ്ഞിൽ, മാനവരാശിയുടെ മുഴു വൻ കിനാവിൽ, കവി തീർച്ചയായും പങ്കാളിയാവണം; കവിയും പങ്കാളിയാവും. സാധാരണക്കാരനുമായി സംവദിക്കുക എന്ന ഒഴിച്ചു കൂടാനാവാത്ത മാർഗത്തിലൂടെ മാത്രമെ, കവിതയ്ക്ക് കാലം കഴിയുംതോറും നഷ്ടപ്പെട്ടുവരുന്ന ശക്തിയും വ്യാപ്തിയും തിരിച്ചു നൽകാനാവുകയയുള്ളൂ. ഓരോ യുഗത്തിലും പടിപടിയായി കുറഞ്ഞു വരുന്ന നമ്മുടെ സ്ഥാനവലിപ്പം വീണ്ടെടുക്കാനും അതുകൊണ്ട് മാത്രമേ സാധിക്കുകയയുള്ളൂ.

ആപേക്ഷിക സത്യത്തിലേക്ക് എന്നെ നയിക്കുന്ന തെറ്റും തെറ്റുകളിലേക്ക് വീണ്ടും കൊണ്ടുപോകുന്ന സത്യങ്ങളും മുന്നോ ട്ടുള്ള വഴി കണ്ടെത്താൻ എന്നെ അനുവദിക്കുന്നില്ല. ഞാൻ അങ്ങനെ അവകാശപ്പെടുന്നുമില്ല. എത്തിപ്പെടാൻ പണിപ്പാടുള്ള സാഹിത്യത്തിന്റെ ഉയരങ്ങളിലേക്ക് കടന്നുചെല്ലാനും എനിക്ക് കഴി ഞ്ഞിട്ടില്ല. എന്നാലും ഒരു കാര്യം മനസിലായി. നമ്മുടെ ഇതിഹാസ നിർമിതിയിലൂടെ നാം തന്നെയാണ് നമ്മുടെ ആവേശത്തെ ആളി ക്കത്തിക്കേണ്ടത്.

നാം ഉപയോഗിക്കുന്നതോ ഉപയോഗിക്കാൻ ആഗ്രഹിക്കു ന്നതോ ആയ വസ്തുവിൽ നിന്ന് പിന്നീട് നമ്മുടെ തന്നെ വികാസ

ത്തിനും ഭാവിവികസനത്തിനും പ്രതിബന്ധങ്ങൾ വന്നുപെടുന്നു. തെറ്റുപറ്റില്ല എന്ന വിശ്വാസത്തോടെ നാം റിയലിസത്തിലേക്ക് നീങ്ങുന്നു. ചുറ്റുമുള്ള എല്ലാറ്റിനെപ്പറ്റിയും മാറ്റത്തിന്റെ മാർഗങ്ങളെ പ്പറ്റിയും പരോക്ഷമായി നാം ബോധവാന്മാരാണ്. ജീവിതത്തെ വള രാനും വികസിക്കാനും സഹായിക്കുന്നതിനു പകരം ജീവ നുള്ളവയെ എല്ലാം നാം കൊല്ലുകയാണെന്ന് വൈകിയാണെങ്കിലും നാം മനസിലാക്കുന്നു. ഒരു യാഥാർഥ്യബോധം നാം നമ്മിൽ അടിച്ചേൽപ്പിക്കുന്നു. കെട്ടിടനിർമാണം ഒഴിച്ചുകൂടാനാവാത്ത കടമ യായി കരുതി അതിന് ഒരുങ്ങിയിട്ട്,കെട്ടിടം നിർമിക്കപ്പെടാതെ അതിന് ഉപയോഗിക്കേണ്ട ഇഷ്ടികകൾ ഭാരമായിത്തീരുന്നതുപോ ലെ, നാം സ്വീകരിച്ച റിയലിസം ഒരു ബാധ്യതയായി മാറുന്നു. കവി തയെ ദുർഗ്രഹമായ ആരാധനാവസ്തുവായി രൂപപ്പെടുത്തുന്നതിൽ വിജയിച്ചാൽ (ചിലർക്കു മാത്രം മനസിലാവുന്ന അനന്യസാധാര ണവും നിഗൂഢവുമായ ആരാധനാബിംബം യാഥാർഥ്യത്തെ ഒഴിവാ ക്കിയാൽ ഇലയുടെയും ചളിയുടെയും മേഘത്തിന്റെയും ചതുപ്പിൽ നമ്മുടെ കാലടികൾ ആഴ്ന്നു പോകുന്നു. ആശയവിനിമയത്തിനു കഴിയാതെ ശ്വാസംമുട്ടുന്നു.

വളരെ വിദൂരതയിൽ കിടക്കുന്ന അമേരിക്കൻ ഭൂവിഭാഗത്തിലെ എഴുത്തുകാരെ സംബന്ധിച്ചിടത്തോളം, പ്രത്യേകമായ ദൗത്യം നിറ വേറ്റേണ്ടതുണ്ട്; രക്തമാംസമുള്ള മനുഷ്യരുടെ വിളികൾക്ക് തുടർച്ച യായി കാതോർക്കേണ്ടതുണ്ട്. ആ വിടവ് നികത്തേണ്ട കടമയെപ്പറ്റി ഞങ്ങൾ ബോധവാന്മാരാണ്. അനീതിയും പീഡനവും യാതനയും നിറഞ്ഞ പൊള്ളയായ ഈ ലോകത്ത്, വിമർശനാത്മകമായ ആശയ വിനിമയവും അത്യന്താപേക്ഷിതമാണ് എന്ന് ഞങ്ങൾ മനസിലാക്കു ന്നു. തകർന്ന പ്രാചീന സ്മാരകങ്ങളിലെ ശിലാപ്രതിമകളിലും, വിശാലവും നിശ്ശബ്ദവുമായ ദേശവിസ്മൃതിയിലും, ആദിമ വനഗഹ നതയിലും, ഇടിമുഴക്കത്തോടെ കുതിച്ചൊഴുകുന്ന നദികളിലും ഉറ ങ്ങിക്കിടക്കുന്ന സ്വപ്നങ്ങളെ ഉണർത്താനുള്ള ഉത്തരവാദിത്വബോ ധവും ഞങ്ങൾ ഉൾക്കൊള്ളുന്നു. മൂകമായ വൻകരയിലെ വിദൂരസ്ഥ ലങ്ങളിൽ വാക്കുകൾകൊണ്ട് നിറയ്ക്കണം, കൽപ്പിതകഥകൾ ചമ യ്ക്കണം, പേരിടണം. ഈ പ്രവർത്തനം ഞങ്ങളെ ലഹരിപിടിപ്പിക്കു ന്നു. എന്റെ എളിയ ശ്രമം ഈ വഴിയിലൂടെയാണ്. ഒരമേരിക്കക്കാ രന്റെ ഏറ്റവും സാധാരണമായ ദൈനംദിനപ്രവർത്തനങ്ങൾപോലെ തന്നെയാണ് എന്റെ കവിതയും അതിശയോക്തിയും വികാരാധി ക്യവും അലങ്കാരവും എല്ലാം.

അനുഭവിച്ചറിയാവുന്ന വസ്തുവായാണ് ഞാൻ കവിത രൂപ പ്പെടുത്തുന്നത്. എന്റെ എല്ലാ കവിതകളും പ്രവർത്തനത്തിന് ഉപ

യോഗിക്കാവുന്ന ഉപകരണങ്ങളായാണ് ഉദ്ദേശിക്കുന്നത്. അ
ന്യോന്യം മുറിച്ചുകടക്കുന്ന പാതകളിലെ അടയാളമായി എന്റെ
ഏതാണ്ട് എല്ലാ ഗാനങ്ങളും സേവനം നടത്തണമെന്ന് ഞാൻ കണ
ക്കാക്കുന്നു. ആർക്കെങ്കിലും, അന്യരായ ആർക്കെങ്കിലും, എനിക്കു
ശേഷം കടന്നുവരുന്ന ആർക്കെങ്കിലും, പുതിയ അടയാളം കൊത്തി
യിടാനുള്ള ഒരു തുണ്ട് ശിലയോ ഒരു മരക്കഷ്ണമോ ആണ് ആ
ഗാനങ്ങൾ.

കവിയുടെ കടമയ്ക്ക് വലിയ വില കൽപ്പിക്കുമ്പോഴും സമൂഹ
ത്തിനകത്ത് എന്റെ പദവി നിർണയിക്കുമ്പോഴും ഞാൻ വിനയ
പൂർവം പക്ഷം പിടിക്കുന്നവനായിത്തീരുന്നു. ഞാനിത് തീരുമാനി
ക്കുമ്പോൾ, ധാരാളം ദൗർഭാഗ്യങ്ങളും ഒറ്റയായ വിജയങ്ങളും ഗംഭീര
മായ പരാജയങ്ങളും എന്റെ കൺമുന്നിലുണ്ട്. അമേരിക്കയുടെ
പോരാട്ടങ്ങളുടെ അങ്കത്തട്ടിന്റെ ബഹുജനമുന്നേറ്റങ്ങളിൽ അണിചേ
രുക എന്നതിൽ കുറഞ്ഞ ഒന്നുമല്ല എന്റെ പക്ഷത്തുനിന്ന് ഉണ്ടാ
വേണ്ട പ്രവർത്തനം, ആ ജനതയുടെ ജീവിതവും ആത്മാവും കഷ്ട
പ്പാടും പ്രത്യാശയുമായി അടുപ്പം പുലർത്തലാണ് എന്റെ ചുമതല.
ഈ മഹത്തായ ബഹുജനപ്രവാഹത്തിൽ നിന്നു മാത്രമേ എഴുത്തു
കാർക്കും രാജ്യങ്ങൾക്കും ആവശ്യമായ മാറ്റങ്ങൾ ഉയർന്നു വരിക
യുള്ളൂ. എന്റെ ഈ നിലപാടിൽ നിന്ന് കയ്പുള്ളതോ സൗഹൃദ
പൂർണമോ ആയ എതിർപ്പുകൾ ഉയർന്നു വന്നിട്ടുണ്ട്. ഇപ്പോഴും
വിയോജിപ്പുകൾ നിലനിൽക്കുന്നുണ്ട്. ക്രൂരത നിറഞ്ഞ നമ്മുടെ
നാട്ടിൽ, ഇതല്ലാതെ മറ്റൊരു മാർഗം ഒരു എഴുത്തുകാരന് ഉണ്ട്
എന്നെനിക്ക് കണ്ടെത്താൻ കഴിയുന്നില്ല എന്നതാണ് വാസ്തവം.
നമ്മുടെ കൃതികൾ വായിക്കാത്ത, അല്ലെങ്കിൽ വായനതന്നെ അറി
യാത്ത ഇപ്പോഴും എഴുതാൻ അറിയാത്ത നമുക്ക് എഴുത്തയക്കാത്ത,
മാന്യതയും സ്വന്തം രാജ്യത്ത് സൗഖ്യവും ലഭിക്കാത്ത, ഇപ്പറഞ്ഞവ
ഒന്നും ഇല്ലാത്തതിനാൽ സമ്പൂർണ്ണ മനുഷ്യരാവാൻ സാധിക്കാത്ത,
നൂറ്റാണ്ടുകളായി നിന്ദയും പീഡനവും ചുമലിൽ ചുമക്കുന്ന ജനല
ക്ഷങ്ങളുടെ ജീവിതത്തിന്റെ പാരമ്പര്യം നമുക്ക് കിട്ടിയിട്ടുണ്ട്. പരി
ശുദ്ധരും സ്വർഗീയാനന്ദം അനുഭവിച്ചുവരുന്നവരുമായ അവർ, കര
വിരുതിന്റെ രത്നങ്ങളായ മഹാഗോപുരങ്ങൾ, ശിലയിലും ലോഹ
ത്തിലും പണിതത് അവരായിരുന്നു. എന്നാൽ കോളനി വ്യവസ്ഥ
യുടെ കരാളമായ കാലഘട്ടങ്ങളിൽ എല്ലാം പിടിച്ചുപറിക്കപ്പെട്ടവ
രായി നിശ്ശബ്ദരാക്കപ്പെട്ടവരായി അവർ മാറി. ആ വ്യവസ്ഥ അവിട
വിടെ ഇപ്പോഴും തുടർന്നുവരുന്നു.

നമുക്ക് വഴികാട്ടുന്ന മൗലികങ്ങളായ പ്രകാശതാരകങ്ങൾ സമ
രവും പ്രതീക്ഷയുമാണ്. എന്നാൽ ഒറ്റക്കുള്ള സമരം എന്നൊന്നില്ല;

ഒറ്റക്കുള്ള പ്രതീക്ഷ എന്നൊന്നില്ല. വിദൂരയുഗങ്ങളുടെ സഹിഷ്ണു
ത, പ്രമാദം, യാതന, സമകാലിക സമ്മർദ്ദം, ചരിത്രത്തിന്റെ ഗതി
വേഗം എന്നിവയെല്ലാം എല്ലാ മനുഷ്യരിലും ഉൾച്ചേർന്നിട്ടുണ്ട്. മുമ്പ്
നിലനിന്നിരുന്ന നാടുവാഴിത്തവ്യവസ്ഥയിൽ ചില മാറ്റങ്ങൾ എന്റെ
രാജ്യത്ത് സംഭവിച്ചിട്ടുണ്ട്. ആ മാറ്റം വരുത്തുന്നതിൽ ചെറിയ അള
വിൽ ഞാനും പങ്കാളിയായിട്ടുണ്ട്. അതിൽ അഭിമാനം കൊള്ളുന്നതു
കൊണ്ട്, സ്വീഡൻ ഇപ്പോൾ എനിക്ക് സമ്മാനിച്ച ഈ ഉജ്ജ്വലമായ
ബഹുമതിയിൽ ആശ്ചര്യാദരം പ്രദർശിപ്പിക്കാൻ എനിക്ക് കഴിഞ്ഞു.
അമേരിക്കൻ വൻകരയുടെ ഭൂപടത്തിലേക്ക് കണ്ണയക്കുക. പല ഘടക
കങ്ങൾ ചേർന്ന അതിവിശിഷ്ടമായ ബഹുലതയുടെയും നമ്മെ
വലയം ചെയ്യുന്ന വിശാലദേശങ്ങളുടെ ഉജ്ജ്വലമായ ഉദാരതയു
ടെയും മുന്നിൽ സ്വയം സമർപ്പിക്കുക. അമേരിക്കൻ ജനതയിൽനിന്ന്
കറുത്ത ദൈവങ്ങൾ അപഹരിച്ചുകൊണ്ടുപോയ, കഴിഞ്ഞ കാല
ത്തിന്റെ അവമതിയും കൊള്ളയും സമ്മതിക്കാൻ ചില എഴുത്തു
കാർ എന്തുകൊണ്ട് മടിക്കുന്നു എന്നു മനസിലാക്കാൻ ഇത് ആവ
ശ്യമാണ്.

വിഭജിക്കപ്പെട്ട ഉത്തരവാദിത്തത്തിന്റെ വിഷമകരമായ
പ്രവർത്തനമാർഗമാണ് ഞാൻ തെരഞ്ഞടുക്കുന്നത്. വ്യവസ്ഥിതി
യുടെ കേന്ദ്രവും സൂര്യനുമായി വ്യക്തിയെ ആരാധിച്ചുവരുന്നത്
ആവർത്തിക്കാൻ ഇഷ്ടപ്പെടാത്തവനാണ് ഞാൻ. സ്വാഭിപ്രായ
ദുർവാശിയോടും അക്ഷമയോടും കാലത്തിനു യോജിക്കാത്ത ദുശ്ശാ
ര്യത്തോടും ഓരോ ദിവസവും മല്ലടിച്ചുകൊണ്ട് കാലാകാലങ്ങളിൽ
വീഴ്ചകളും പാളിച്ചകളും പറ്റിയാലും നിരന്തരമായി മുന്നോട്ടുതന്നെ
പ്രയാണം തുടരുന്ന ബഹുമാന്യ സേനാനിരയ്ക്ക് എല്ലാ എളിമ
യോടും കൂടി എന്റെ സേവനം സമർപ്പിക്കാനാണ് ഞാൻ ഇഷ്ടപ്പെടു
ന്നത്. "ദിവ്യമായ പ്രണയത്തോടും അനന്തമായ അഭിലാഷത്തോടും
പനിനീരിനോടും രൂപസൗഭഗത്തോടും മാത്രം അടുപ്പം കാട്ടാനല്ല
കവി എന്ന നിലയിൽ എനിക്കു താൽപര്യം. എന്റെ കവിതയിൽ
ഉൾക്കൊള്ളിച്ച പരുഷമായ മാനുഷികവ്യാപാരങ്ങളോടും ആഭി
മുഖ്യം പുലർത്താൻ എനിക്ക് താൽപര്യമുണ്ട്."

അസന്തുഷ്ടനും മഹാപ്രതിഭയും അശാന്തമായ ആത്മാവിന്റെ
ഉടമയുമായ ഒരു കവി പ്രവചനാത്മകമായ ഈ വരികൾ കുറിച്ചിട്ട്
ഇന്നേക്ക് ഒരു നൂറുകൊല്ലമായി.

ഉജ്ജ്വലമായ സഹിഷ്ണുതയാൽ സജ്ജരായ ഞങ്ങൾ

പ്രഭാതത്തിൽ മഹാനഗരങ്ങളിൽ പ്രവേശിക്കും.

സ്വപ്നാടനക്കാരനായ *റിംബോവിന്റെ ഈ പ്രവചനത്തിൽ

---

* ആർതർ റിംബോ – (1854 – 1891) ഫ്രെഞ്ച് സിംബലിസ്റ്റ് കവി

ഞാൻ പ്രതീക്ഷയർപ്പിക്കുന്നു. ഇരുണ്ട ദേശത്തുനിന്നാണ് ഞാൻ വരുന്നത്. അതിന്റെ ഭൂമിശാസ്ത്രപരമായ അപ്രാപ്യതകളാൽ അന്യ രിൽ നിന്നെല്ലാം അകറ്റപ്പെട്ട പ്രദേശമാണിത്. കവികളുടെ കൂട്ടത്തി ലുള്ള ഏറ്റവും ഏകാകിയായ കവിയാണ് ഞാൻ. എന്റെ കവിത പ്രദേശികമാണ്. അടിച്ചമർത്തപ്പെട്ടതാണ്. എന്നാലും എപ്പോഴും ഞാൻ മനുഷ്യരിൽ വിശ്വാസം സമർപ്പിക്കുന്നു.

ഞാൻ ഒരിക്കലും ശുഭപ്രതീക്ഷ ഉപേക്ഷിച്ചിരുന്നില്ല. എന്റെ കവിതകൊണ്ടും എന്റെ കൊടിക്കൂറകൊണ്ടും ഇത്രയും കാലം ഇത്രയും ദൂരം ഇതുവരെ എനിക്ക് എത്താൻ കഴിഞ്ഞത് ഒരുപക്ഷേ ഇതെല്ലാം കൊണ്ടാകാം.

അവസാനമായി ഒരു കാര്യം സുമനസുകളോടും കവിക ളോടും തൊഴിലാളികളോടും പറയാൻ ഞാൻ ആഗ്രഹിക്കുന്നു: റിംബോവിന്റെ ഈ വരിയിൽ എല്ലാ ഭാവികാലവും ആവിഷ്കൃതമാ യിട്ടുണ്ട്;

മാനവരാശിക്കു മുഴുവൻ പ്രകാശവും നീതിയും മഹത്വവും നൽകുന്ന മഹാനഗരം കീഴടക്കാൻ, ഉജ്ജ്വലമായ സഹിഷ്ണുത യോടെ മാത്രമേ നമുക്കു കഴിയൂ.

അങ്ങനെയാണെങ്കിൽ, പാടുന്ന പാട്ടുകൾ പാഴാവുകയില്ല.

4

കവിതയും ഒരു തൊഴിൽ

കവിതയുടെ കഴിവ്

യുദ്ധവും വിപ്ലവവും സാമൂഹികമുന്നേറ്റവും നിറഞ്ഞ ഈ കാലഘട്ടം, കവിത വിളയാനുള്ള മണ്ണ് വിശേഷാവകാശമായി ഒരു ക്കിവെച്ചിട്ടുണ്ട്. മുമ്പ് ആരും സങ്കൽപ്പിച്ചിട്ടില്ലാത്ത വിധം വിപുലമാ ണത്. ഏകാകിയായയോ പൊതുവേദിയിൽ ആയിരങ്ങളോടൊപ്പമോ അത് അനുഭവിക്കാൻ സാധാരണക്കാരനും സാധ്യമാകുന്നു.

നാലുംകൂടിയ വഴികളിലും തെരുവുകളിലും തൊഴിൽശാലക ളിലും പ്രസംഗവേദികളിലും നാടകശാലകളിലും ഉദ്യാനങ്ങളിലും ചെല്ലാനും കവിതചൊല്ലാനും എനിക്ക് അവസരം വരുമെന്ന് എന്റെ ആദ്യകാല കാവ്യപുസ്തകങ്ങൾ പുറത്തിറങ്ങിയ കാലത്ത് ഞാൻ സങ്കൽപ്പിക്കുകപോലും ചെയ്തിരുന്നില്ല. എന്നാൽ പിന്നീട് ചിലിയിലെ എല്ലാ മൂലകളിലും ചെന്നെത്താനും എന്റെ രാജ്യ ത്തിലെ ജനങ്ങളുടെ ഇടയിൽ എന്റെ വാക്കുകളുടെ വിത്തുകൾ വിതയ്ക്കാനും എനിക്ക് അവസരം കിട്ടി.

ചിലിയിൽ, സാന്തിയാഗോവിലെ, ആളുകൾ തിങ്ങിയ വലിയ വാണിജ്യകേന്ദ്രമായ വീഗാ സെൻട്രലിൽ ഉണ്ടായ അനുഭവം അയ വിറക്കട്ടെ. തലസ്ഥാനനഗരിയുടെ നാലുപാടും ഉള്ള കൃഷിയിടങ്ങ ളിൽ നിന്ന് പഴങ്ങളും പച്ചക്കറികളും ഭക്ഷ്യവസ്തുക്കളുമായി കാള വണ്ടികൾ, കുതിരവണ്ടികൾ, ട്രക്കുകൾ തുടങ്ങിയവ നേരം വെളു ക്കുംമുമ്പേ നിരനിരയായി നീങ്ങി വീഗാ സെൻട്രലിൽ എത്തും. അങ്ങാടികളിലും ചന്തകളിലും പണിയെടുക്കുന്ന ധാരാളം തൊഴി ലാളികളുണ്ട്. കുറഞ്ഞ കൂലികിട്ടുന്നവർ എപ്പോഴും പാദരക്ഷ ധരിക്കാൻ കഴിവില്ലാത്തവർ– വീഗായുടെ പരിസരങ്ങളിലെ താണ തരം കാപ്പിക്കടകളിലും വിലകുറഞ്ഞ ആഹാരശാലകളിലും മറ്റു മായി ഈ തൊഴിലാളികൾ കൂട്ടംകൂട്ടമായി നീങ്ങുന്നത് കാണാം.

എന്നെ ക്ഷണിച്ചുകൊണ്ടുപോകാൻ ചിലർ കാറുമായി ഒരു ദിവസം വന്നു. എവിടെ എന്തിന് പോകുന്നു എന്ന് ശരിയായ നിശ്ചയ മില്ലാതെ ഞാൻ കാറിൽ കയറി ഇരുന്നു. *സ്പാന എനൽ കോറ സോൺ (സ്പെയിൻ എന്റെ ഹൃദയത്തിൽ)* എന്ന എന്റെ കവിതാപു സ്തകത്തിന്റെ ഒരു പ്രതി കീശയിൽ കരുതി. വീഗായിലെ വ്യാപാര കേന്ദ്രത്തിലെ തൊഴിലാളികളുടെ യൂണിയൻ ആപ്പീസിൽ പ്രസംഗ ത്തിനാണ് കൊണ്ടുപോകുന്നത് എന്ന് അവർ കാറിൽവച്ച് എന്നോട് പറഞ്ഞു.

പഴയ കെട്ടിടത്തിലെ വലിയ മുറിയിൽ കടന്നപ്പോൾ ഒരു മാതിരി വിറയൽ എന്റെ ശരീരത്തിൽ അനുഭവപ്പെട്ടു. ശീതകാലമാ യതുകൊണ്ട് മാത്രമല്ല; ആ സ്ഥലവും സദസും സമ്മാനിച്ച സവിശേ ഷതയാണ് ആ ഞെട്ടൽ ഉണ്ടാക്കിയത്. എളുപ്പത്തിൽ തട്ടിക്കൂട്ടിയ മരബഞ്ചുകളുടെ മുകളിലും വീഞ്ഞപ്പെട്ടികളുടെ പുറത്തുമായി ഏകദേശം 50 പേർ എന്നെ കാത്തിരിക്കുന്നു. മേലുടുപ്പ് പോലെ, ചിലർ അരയ്ക്കുചുറ്റും ചാക്ക് ചുറ്റിയിട്ടുണ്ട്. കീറൽ തുന്നിക്കൂട്ടിയ പഴയ അടിക്കുപ്പായമാണ് ചിലരുടെ വേഷം. ചിലിയിലെ ജൂലാ യിലെ തണുപ്പിനെ ധീരമായി നേരിടുന്ന മറ്റുള്ളവർ കാൽശരായി യുടെ മീതെ ഒന്നും ധരിച്ചിട്ടില്ല. സാധാരണക്കാർ അല്ലാത്ത ആ സദ സ്യരുടെ ഇരിപ്പിടങ്ങളിൽ നിന്ന് അൽപ്പം അകലെ ഇട്ട ചെറിയ മേശ യുടെ പിന്നിൽ ഞാൻ ഇരുന്നു. എന്റെ നാടിന്റെ കൽക്കരിക്കറുപ്പ് കലർന്ന കണ്ണുകൾകൊണ്ട് അവരെല്ലാം എന്നെ ഉറ്റുനോക്കുക യാണ്.

ഈ കേൾവിക്കാരെ ഞാൻ എങ്ങനെയാണ് അഭിമുഖീകരി ക്കുക? അവരോട് എന്തിനെപ്പറ്റി സംസാരിക്കും? എന്റെ ജീവിത ത്തിലെ ഏതു കാര്യമാണ് അവരിൽ താൽപര്യം ഉണർത്തുക? ഒന്നും എനിക്ക് തീർച്ചയാക്കാൻ ഒത്തില്ല. അവിടെ നിന്ന് ഓടി രക്ഷ പ്പെടാനുള്ള ആശ മാത്രം ഞാൻ അടക്കിവച്ചു. പോകുമ്പോൾ കൈവശം കരുതിയ കവിതാപുസ്തകം പുറത്തെടുത്ത് ഞാൻ അവ രോട് പറഞ്ഞു. "അൽപ്പകാലം മുമ്പ് ഞാൻ സ്പെയ്നിൽ പോയിരു ന്നു. നിരവധി പോരാട്ടങ്ങളും വെടിവെപ്പും അവിടെ നടന്നു. അതിനെ കുറിച്ച് ഞാൻ എഴുതിയ ചിലത് ഞാൻ നിങ്ങളെ കേൾപ്പി ക്കാം." *സ്പാന എനൽ കോറസോൺ (സ്പെയിൻ എന്റെ ഹൃദയ ത്തിൽ)* മനസിലാക്കാൻ എളുപ്പമുള്ള പുസ്തകമാണ് എന്ന് എനിക്ക് അഭിപ്രായമില്ല. ലളിതമാക്കാൻ ശ്രമിച്ചിരുന്നു എന്നു മാത്രം. വികാര വിക്ഷുബ്ധവും വേദനാജനകവുമായ അനുഭവങ്ങളുടെ കുത്തിയൊ ഴുക്കിൽ കുതിർന്ന ആഖ്യാനമായിരുന്നു അത്.

അതിലെ ഏതാനും കവിതകൾ വായിക്കാം. കൂട്ടത്തിൽ അൽപ്പം വാക്കുകളും പറയാം. പിന്നെ യാത്ര ചോദിച്ചു പിരിയാം. ആദ്യം ഇങ്ങനെ കരുതി. എന്നാൽ കാര്യം ആ വഴിക്കല്ല നീങ്ങിയത്.

എന്റെ വാക്കുകൾ നിശ്ശബ്ദതയുടെ ആഴക്കിണറിൽ ആഴുന്നത് ശ്രദ്ധിച്ചുകൊണ്ട്, ഒന്നിനു പിന്നാലെ മറ്റൊന്നായി ഞാൻ കവിത വായിച്ചുകൊണ്ടിരുന്നു. കാതുകൂർപ്പിച്ച് കേട്ടുകൊണ്ടിരുന്ന അവ രുടെ കണ്ണുകളിലും കറുത്ത കൺപുരികങ്ങളിലും നോക്കി നിൽക്കെ, ഒരു കാര്യം എനിക്ക് ബോധ്യമായി; എന്റെ കവിത അതിന്റെ ലക്ഷ്യം സാധിച്ചിരിക്കുന്നു. എന്റെ സ്വന്തം വരികൾ എന്റെ ശബ്ദത്തിൽ കേട്ടുകൊണ്ടിരുന്നപ്പോൾ, ഉപേക്ഷിക്കപ്പെട്ട ആ മനു ഷ്യരുടെ ആത്മാവുകളെയും എന്റെ കവിതയെയും തമ്മിൽ ഇണ ക്കുന്ന കാന്തശക്തിയും എനിക്ക് അനുഭവപ്പെട്ടു.

ഒരു മണിക്കൂർകൊണ്ട് കവിതാവായന അവസാനിപ്പിച്ച് ഞാൻ പോകാൻ ഒരുങ്ങുമ്പോൾ കൂട്ടത്തിൽ ഒരാൾ എഴുന്നേറ്റു. അരയിൽ ചാക്കുചുറ്റിയവരിൽ ഒരുവൻ. അയാൾ പറഞ്ഞു, "ഞങ്ങൾ എല്ലാ വർക്കും വേണ്ടി നിങ്ങളോട് നന്ദിപറയാൻ ഞാൻ ആശിക്കുന്നു. ഇതുപോലെ ഞങ്ങളുടെ മനസിനെ ഇളക്കിമറിച്ച മറ്റ് ഏറെക്കാര്യം ഉണ്ടായിട്ടില്ല."

പറഞ്ഞുനിർത്തിയപ്പോൾ, അയാൾ തേങ്ങൽ അടക്കിപ്പിടിച്ചു. അതുപോലെ മറ്റുപലരും വിതുമ്പുന്നുണ്ടായിരുന്നു. പരുത്ത കൈയടി കേട്ടുകൊണ്ട്, നനഞ്ഞ കണ്ണുകൾ കണ്ടുകൊണ്ട് ഞാൻ തെരുവിലേക്കിറങ്ങി.

ഈ അഗ്നിപരീക്ഷണങ്ങളിലൂടെയും ഹിമപരീക്ഷണങ്ങളിലൂ ടെയും കടന്നുപോയശേഷം ഒരു കവിക്ക് പഴയമട്ടിൽ തുടരാൻ കഴി യുമോ?

* * * * *

ടീന മൊടോട്ടിയെപ്പറ്റി ഓർമ്മിക്കുന്നത്, മൂടൽമഞ്ഞ് നീക്കുന്ന തുപോലെ അസാധ്യവും അദൃശ്യവും അവ്യക്തവുമത്രേ. എനിക്ക് അവളെ അറിയാമോ? അറിയുകയില്ലേ?

അവൾ മനോഹരിയായിരുന്നു. കറുത്ത തലമുടി. മൃദുലമായ കണ്ണുകൾ.

ദീഗാ റിവെറ ഒരു ചുവർചിത്രത്തിൽ ടീനയുടെ മുഖം പകർത്തിയിട്ടുണ്ട്; മഹത്വവൽക്കരിച്ചിട്ടുണ്ട്.

ഈ ഇറ്റാലിയൻ വിപ്ലവപ്രവർത്തക, അപൂർവപ്രതിഭയുള്ള കലാകാരിയായിരുന്നു. അവൾ ഒരു ക്യാമറയും കൊണ്ട് വളരെമുമ്പ് സോവിയറ്റ് യൂണിയനിലേക്കു ചെന്നു. അവിടത്തെ ആളുകളുടെയും ചരിത്രസ്മാരകങ്ങളുടെയും ചിത്രങ്ങളെടുക്കാൻ. സോഷ്യലിസത്തി ലേക്കുള്ള സോവിയറ്റ് യൂണിയന്റെ മുന്നേറ്റത്തിൽ ആവേശംപൂണ്ട അവൾ, ക്യാമറ മോസ്കോനദിയിൽ വലിച്ചെറിഞ്ഞ് കമ്മ്യൂണിസ്റ്റ് പാർട്ടിക്കുവേണ്ടി കൂടുതൽ കാര്യമായി പ്രവർത്തിക്കുമെന്ന് പ്രതിജ്ഞ ചെയ്തു. ഈ പ്രതിജ്ഞ പാലിക്കാനുള്ള പരിപാടികളു

മായി അവൾ മെക്സിക്കോവിൽ കഴിയുന്ന കാലത്താണ് ഞാൻ അവളെ പരിചയപ്പെട്ടത്. മെക്സിക്കോവിൽവച്ച് ഒരുനാൾ രാത്രി അവളുടെ മരണവാർത്ത അറിഞ്ഞ് ഞാൻ വല്ലാതെ വേദനിച്ചു.

1941-ലായിരുന്നു ആ സംഭവം. ടീനയുടെ ഭർത്താവ് വിറ്റോ റിയൊ മിഡാലിയായിരുന്നു. വീട്ടിലേക്കു പോകുമ്പോൾ ഒരു വാടക വണ്ടിയുടെ ഉള്ളിൽവെച്ച് ഹൃദയാഘാതം നിമിത്തമാണ് ടീന മരണ മടഞ്ഞത്. തനിക്ക് ഹൃദ്രോഗം ഉണ്ടെന്ന് അവൾക്ക് അറിയാമായിരു ന്നു. പക്ഷേ അത് അവൾ ഒരിക്കലും വെളിപ്പെടുത്തിയില്ല. വിപ്ലവപ്ര വർത്തനങ്ങളിൽ നിന്ന് ഒഴിവാക്കിയാലോ എന്ന് കരുതിയാണ് അങ്ങനെ ചെയ്തത്. മറ്റുള്ളവർ ചെയ്യാൻ മടിക്കുന്ന കാര്യം അവൾ സന്തോഷത്തോടെ ചെയ്യും. ആപ്പീസുമുറി അടിച്ചുവാരും. വളരെദൂ രം കാൽനടയായി സഞ്ചരിക്കും. രാത്രി ഏറെ വൈകുന്നതുവരെ ഇരുന്ന് കത്തുകൾ എഴുതും. ലേഖനങ്ങൾ വിവർത്തനം ചെയ്യും. സ്പാനിഷ് യുദ്ധകാലത്ത് മുറിവേറ്റ റിപ്പബ്ലിക്കൻ പോരാളികളെ ശുശ്രൂഷിക്കാനും ശ്രദ്ധിച്ചു.

മെക്സിക്കോവിൽ നാടുകടന്നെത്തിയ ക്യൂബയിലെ യുവനേ താവ് ജൂലിയെ അന്തോണിയെ മെല്ലയുടെ കൂടെ താമസിക്കുന്ന അവസരത്തിൽ വേദനാപൂർണമായ അനുഭവം ഉണ്ടായി. ഏകാധി പതി ജറാഡൊ മചാഡൊ, വിപ്ലവ നേതാവിനെ വധിക്കാൻ ഹവാന യിൽ നിന്ന് നിരവധി തോക്കുധാരികളെ മെക്സിക്കോവിലേക്ക് അയ ച്ചു. അന്തോണിയെയും ടീനയും ഒരു നാൾ ഉച്ചതിരിഞ്ഞ് ഒരു സിനി മാശാലയിൽ നിന്ന് പുറത്തുവരുമ്പോൾ, യന്ത്രത്തോക്കിൽ നിന്ന് വെടിവെപ്പുണ്ടായി. വെടിയേറ്റ് മറിഞ്ഞുവീഴാൻ പോയ അന്തോണി യെയെ ടീന കൈത്തണ്ടയിൽ താങ്ങി. ഇരുവരും ഒരുമിച്ച് നിലത്ത് മറിഞ്ഞു വീണു. മരിച്ചു വീണ സഖാവിന്റെ രക്തം അവളുടെ ശരീര ത്തിൽ ആകെ പുരണ്ടിരുന്നു. കൊലയാളികൾ പൊലീസിന്റെ ഒത്താ ശയോടെ ഓടി രക്ഷപ്പെട്ടു. ഘാതകരെ രക്ഷിക്കാൻ പൊലീസ്, കൊലപാതകക്കുറ്റം ടീനയുടെ തലയിൽ കെട്ടിവച്ചു.

അതു കഴിഞ്ഞ് പന്ത്രണ്ടുവർഷത്തിനുശേഷം ടീന മരണമട ഞ്ഞു. മെല്ലയുടെ മരണത്തിന്റെ ഉത്തരവാദിത്വം അവളിൽ കെട്ടി വച്ച് അപകീർത്തിപ്പെടുത്താൻ ഒരുങ്ങിയതുപോലെ, ഇത്തവണയും അവളുടെ മരണവുമായി ബന്ധപ്പെടുത്തി അപവാദം പരത്താൻ മെക്സിക്കോവിലെ പിന്തിരിപ്പന്മാർ ശ്രമിച്ചു. മരിച്ചു കിടന്ന ആ മെലിഞ്ഞ രൂപം ഞാനും കാർലോസും നോക്കി നിന്നു. ധീരനായ കാർലോസിന്റെ സങ്കടം കണ്ടുനിൽക്കാൻ വിഷമം തോന്നി. വേർപാ ടിന്റെ മുറിവിൽ ദുഷ്പേരിന്റെ വിഷം പുരണ്ടപ്പോൾ അദ്ദേഹം തീവ്ര മായ വേദന അനുഭവിച്ചു. കരഞ്ഞുകലങ്ങിയ കണ്ണുകളുമായി കാർലോസ് ടീനയുടെ ശവപ്പെട്ടിയുടെ മുന്നിൽ നിൽപ്പായി. അതിനു

ള്ളിൽ അവൾ മെഴുകു രൂപംപോലെ തോന്നിച്ചു. വിഷാദസാന്ദ്രമായ മുറിയിൽ ഞാൻ നിശ്ശബ്ദനായി, നിസ്സഹായനായി നിന്നു.

ടീനയുടെ മരണത്തെപ്പറ്റി വർത്തമാനപത്രങ്ങളിൽ നിറയെ ഹീനമായ അപവാദപ്രചാരണമായിരുന്നു. 'മോസ്കോവിൽ നിന്നു വന്ന നിഗൂഢവനിത' എന്നാണ് അവളെ വിശേഷിപ്പിച്ചത്. 'ഏറെ അറിയാവുന്ന അവൾ അതു നിമിത്തം മരണത്തിന്നിരയായി.' അങ്ങ നെയായിരുന്നു മറ്റൊരു വിശേഷണം. കാർലോസിന്റെ കഠിനമായ വിഷാദം കണ്ടപ്പോൾ വല്ലതും ചെയ്യണമെന്ന് എനിക്ക് തോന്നി. പരേതയായ സ്നേഹിതയുടെ സൽപ്പേര് കളങ്കപ്പെടുത്തുന്നതിനെ എതിർത്തുകൊണ്ട്, ഞാൻ ഒരു കവിത എഴുതി. പ്രസിദ്ധീകരണ ത്തിന് സാധ്യതയില്ല എന്ന പ്രതീക്ഷയോട തന്നെ, ഞാനത് എല്ലാ പത്രങ്ങൾക്കും അയച്ചു. അത്ഭുതങ്ങളിൽ അത്ഭുതം! പുതിയത് അടുത്തദിവസം പ്രസിദ്ധീകരിക്കുമെന്ന് തലേന്ന് വാഗ്ദാനം ചെയ്ത പത്രങ്ങളെല്ലാം പിറ്റേന്ന് പുറത്തിറങ്ങിയത്, അത്തരം വിവരങ്ങ ളൊന്നും ചേർക്കാതെ മുൻപേജിൽ എന്റെ കവിത പ്രസിദ്ധീകരിച്ചു കൊണ്ടാണ്.

ടീന മൊടോട്ടി മരണമടഞ്ഞു എന്നായിരുന്നു കവിതയുടെ തല ക്കെട്ട്. മെക്സിക്കോവിലെ സെമിത്തേരിയിൽ, അവളുടെ മൃതദേഹം മെക്സിക്കൻ ശിലാഫലകത്തിനു കീഴെ അടക്കം ചെയ്ത അവസര ത്തിൽ, ഞാൻ ആ കവിത വായിച്ചു. ശവമാടത്തിലെ കല്ലുപലക യിൽ വരികൾ കൊത്തിവെക്കുകയും ചെയ്തു.

മെക്സിക്കോവിലെ പത്രങ്ങൾ പിന്നീട് അവളെപ്പറ്റി ഒരു വരി പോലും എതിരായി എഴുതിയില്ല.

* * * *

വളരെ വർഷം മുമ്പ് ലോടായിൽ വെച്ചാണ് അതുണ്ടായത്. കൽക്കരി ഖനികൾ നിറഞ്ഞ ജില്ലയാണ് അത്. തുടർച്ചയായി ദാരിദ്ര്യം അനുഭവിക്കുന്നവരും ദുരിതത്തിനെതിരെ പൊരുതുന്നവരു മായ പതിനായിരത്തോളം തൊഴിലാളികൾ ലോടാ പട്ടണത്തിൽ സമ്മേളിച്ചു. രാഷ്ട്രീയ പ്രവർത്തകരുടെ പ്രസംഗം തുടർച്ചയായി നടന്നു. കൽക്കരിയുടെയും കടലുപ്പുവെള്ളത്തിന്റെയും മണമുള്ള ഉച്ചച്ചൂടുകാറ്റ് അവിടമെങ്ങും വീശിയടിച്ചു. സമ്മേളനസ്ഥലത്തിന്റെ തൊട്ടടുത്തുതന്നെയാണ് കടൽ. തൊഴിലാളികൾ പണിയെടുക്കുന്ന ഇരുണ്ട കൽക്കരി ഖനിത്തുരങ്കങ്ങൾ അതിനപ്പുറം പത്തു കിലോമീ റ്റർ നീണ്ടു കിടക്കുന്നു.

ഇപ്പോൾ ഈ നട്ടുച്ചനേരത്ത് ആ തൊഴിലാളികൾ അന്യരുടെ വാക്കുകൾകേട്ടുകൊണ്ട് പ്രസംഗവേദിക്കു മുന്നിൽ കൂട്ടം കൂടിയിരി പ്പാണ്. പ്രസംഗകരുടെ ഇരിപ്പിടം വളരെ ഉയരത്തിലാണ്. താഴെ മുന്നിൽ, തൊഴിലാളികളുടെ തലയിലെ കറുത്ത തുണിത്തൊപ്പിയും

ലോഹത്തൊപ്പിയും കടൽപോലെ പരന്നു കിടക്കുന്നത് എനിക്കു കാണാം. പ്രസംഗകരുടെ പട്ടികയിൽ അവസാനത്തെ ആളായി രുന്നു ഞാൻ. എന്റെ പേരും കവിതയുടെ പേരും (*സ്റ്റാലിൻഗ്രാദിന് പുതിയ സ്നേഹഗീതം*) വിളിച്ചു പറഞ്ഞപ്പോൾ അപൂർവവും അവി സ്മരണീയവും ആഹ്ലാദകരവുമായ അനുഭവം ഉണ്ടായി.

എന്റെ പേരും കവിതയുടെ പേരും കേട്ട ഉടനെ, തൊഴിലാളി കൾ തലയിലെ തൊപ്പി ഊരി. വ്യത്യസ്തത കുറഞ്ഞ രാഷ്ട്രീയ സംസാരങ്ങൾക്കുശേഷം എന്റെ കവിത, എന്റെ കവിത മാത്രമാണ് സംസാരിക്കാൻ പോകുന്നത്. നിശ്ശബ്ദമായ ആദരപ്രകടനത്തിന്റെ അടയാളമായി ആയിരക്കണക്കിന് കൈകൾ ഒന്നിച്ച് ഉയരുകയും താഴുകയും ചെയ്തുകൊണ്ട് തൊപ്പി അഴിക്കുന്ന ആ രംഗം, ഉയര മുള്ള പ്രസംഗവേദിയിൽ നിന്ന് നിരീക്ഷിച്ചപ്പോൾ വിവരിക്കാനാ വാത്ത വികാരവിവശത എനിക്ക് അനുഭവപ്പെട്ടു.

പിന്നീട് എന്റെ കവിത അതിനെത്തന്നെ അതിശയിപ്പിച്ചു. വീറിന്റെയും വിമോചനത്തിന്റെയും പുതിയ ഈണം അതിന് കൈവന്നതായി തോന്നി.

* * * *

കുറെക്കൂടി ചെറുപ്പമായിരുന്നപ്പോൾ ഉണ്ടായതാണ് ഇനി പറയുന്ന സംഭവം. ആ കാലത്തെ പതിവനുസരിച്ച് കറുത്ത തൊപ്പി ധരിക്കുന്ന കവി, വിദ്യാർഥി. നേരംവണ്ണം ആഹാരമില്ലാത്തവൻ, മെലിഞ്ഞവൻ, ഒരു കവിതാപുസ്തകമേ പുറത്തിറക്കിയിട്ടുള്ളൂ, കറുത്ത തൂവലിനോളം തൂക്കമുള്ളവൻ, അതായിരുന്നു ഞാൻ.

അത്രയൊന്നും മികവില്ലാത്ത ഒരു വിനോദനൃത്തശാലയി ലേക്ക് ഞാൻ ചില കൂട്ടുകാരോടൊപ്പം പോയി. സ്പാനിഷ്– അമേരി ക്കൻ നൃത്തങ്ങളുടെ കാലമായിരുന്നു അത്. കുഴപ്പക്കാരായ പോക്കി രികളുടെ ശല്യവും. അകത്തു കടന്നപ്പോൾ, ചുമരിൽത്തട്ടിയുടഞ്ഞ കണ്ണാടിപോലെ പെട്ടെന്ന് നൃത്തം അവസാനിച്ചു. രണ്ടു തെമ്മാടി കൾ നർത്തനവേദിയിൽ ഓടിക്കയറി അന്യോന്യം കലഹിക്കുകയും എന്തൊക്കെയോ ചേഷ്ട കാട്ടുകയും ചെയ്യുന്നു. ഒരുത്തൻ മറ്റവനെ ഇടിക്കാൻ മുന്നോട്ടായും മറ്റവൻ ഒഴിഞ്ഞുമാറും. രക്ഷപ്പെടാൻ മേശ കൾക്കു പിന്നിൽ മാറി നിൽക്കുന്ന കാഴ്ചക്കാരും പിറകോട്ടു മാറും. കാട്ടിൽ നൃത്തം ചവിട്ടുന്ന പ്രാകൃതജീവികളുടെ മട്ടുണ്ടായിരുന്നു രണ്ടുപേർക്കും.

എന്റെ ബലഹീനത മറന്ന് മുന്നോട്ടു ചെന്ന്, ഒട്ടും ആലോചി ക്കാതെ ഞാൻ വിളിച്ചു പറഞ്ഞു. "നെറികെട്ട കൂട്ടരേ, പാട്ടിനും നൃത്തത്തിനും വന്നവരെ വെറുപ്പിക്കുന്ന ഈ ആൾക്കുരങ്ങുകളി നിങ്ങൾക്ക് നിർത്തരുതോ. ഇതു കാണാനല്ല അവർ വന്നത്."

പോക്കിരികൾ അമ്പരന്നു. അവർക്ക് കാതുകൾക്ക് വിശ്വസി

ക്കാനായില്ല. തെമ്മാടിയാകും മുമ്പ് ഗുസ്തിക്കാരാനായിരുന്ന ഉയരം കുറഞ്ഞവൻ എന്റെ നേരെ തിരിഞ്ഞു: എന്നെ വകവരുത്താനായിരി ക്കണം. എതിരാളിയുടെ മുഷ്ടി ചുരുട്ടിയുള്ള ഉന്നം തെറ്റാത്ത ഇടി അവനെ നിലത്തു വീഴ്ത്തിയിരുന്നില്ലെങ്കിൽ അവൻ അങ്ങനെതന്നെ ചെയ്തേനെ. അതുവരെ അടികൊടുക്കാതെ മടിച്ചു നിന്ന എതിരാളി അവസാനം അവനെ വീഴ്ത്തി.

നിലത്തു വീണവനെ ചാക്കുകെട്ടുപോലെ വലിച്ചു പുറത്താ ക്കി. മേശയുടെ മുന്നിൽ ഇരുന്ന കാണികൾ ഞങ്ങളുടെ നേരെ കുപ്പി വെച്ചുനീട്ടി. നൃത്തക്കാരികൾ തെളിഞ്ഞ പുഞ്ചിരി സമ്മാനിച്ചു. മറ്റേ മുഷ്കരൻ വിജയാഘോഷത്തിൽ ഞങ്ങളുടെ കൂടെ പങ്കെടു ക്കാൻ താൽപര്യം കാട്ടി. തീക്കൊള്ളിപോലെ ഞാൻ അവനു നേരേ തിരിഞ്ഞു. "ഇവിടെ നിന്ന് സ്ഥലം വിടണം. നീയും അത്ര നല്ല ആളൊന്നുമല്ല"

കുറേ നേരം കഴിഞ്ഞു. എന്റെ ജയലഹരി അടങ്ങി. ഞാനും കൂട്ടുകാരും പുറത്തിറങ്ങി, ഇടുങ്ങിയ ഇടനാഴിയിൽ എത്തി. ഞാൻ ശകാരിച്ചു പുറത്താക്കിയ മല്ലൻ അവിടെ പുള്ളിപ്പുലിയെപ്പോലെ വഴി തടഞ്ഞു നിൽക്കുന്നു. പകരം ചോദിക്കാനുള്ള ഒരുക്കത്തി ലാണ്.

"ഞാൻ നിന്നെ കാത്തുനിൽക്കുകയാണ്." അവൻ എന്നോട് പറഞ്ഞു. ചെറിയ തള്ളുതന്ന് അവൻ എന്നെ മറ്റൊരു വാതിലിനു നേരെയാക്കി. എന്റെ ചങ്ങാതിമാർ വിരണ്ട മുയൽക്കുട്ടികളെപ്പോലെ ഓടിക്കളഞ്ഞു. ഞാൻ ശിക്ഷാവിധി കാത്ത് നിസ്സഹായനായി നിന്നു. എതിർക്കാൻ എന്തെങ്കിലും കൈയിൽക്കിട്ടുമോ എന്ന് നാലുപാടും നോക്കി. ഒന്നും കാണാനില്ല. യാതൊന്നുമില്ല. ഭാരമേറിയ മാർബിൾപ്പലക പതിച്ച മേശകളും വാർപ്പിരുമ്പുകസേരകളും മാത്രം. എടുത്തുപൊക്കാൻ ഒക്കാത്തവ. പൂപ്പാത്രമോ കാലിക്കു പ്പിയോ മറന്നുവെച്ച പാടുവീണ ഊന്നുവടിയോ ഒന്നും കണ്ടെ ത്താൻ കഴിഞ്ഞില്ല.

"നമുക്ക് അൽപ്പം സംസാരിക്കാം." അവൻ പറഞ്ഞു.

രക്ഷപ്പെടാൻ ശ്രമിക്കുന്നത് വെറുതെയാണെന്ന് എനിക്ക് മന സിലായി. മാൻകുട്ടിയെ തിന്നുംമുമ്പ് നുറുക്കി വലിപ്പം കുറയ്ക്കാ നുള്ള നരിയുടെ ഒരുക്കംപോലെ അവൻ സമയം കളയുകയാ ണെന്നു തോന്നി. പേടി പുറത്തുകാട്ടാതിരിക്കുന്നതാണ് ഏക രക്ഷാ മാർഗമെന്ന് കരുതി, എനിക്കു തന്ന കള്ള് ഞാൻ തിരിച്ചുകൊടുത്തു. പക്ഷേ അതുകൊണ്ട് അവനെ അല്പംപോലും അനക്കാൻ പറ്റിയില്ല. ഇഷ്ടികമതിൽപോലെ ഉറച്ചുനിൽപ്പാണ്.

പെട്ടെന്ന് എന്തോ എന്നറിയില്ല. അവന്റെ ഊറ്റം ഒന്നടങ്ങി. കണ്ണിലെ ക്രൂരഭാവം മാഞ്ഞു.

"നീ പാബ്ലൊ നെരൂദയാണോ? കവി?", അവൻ ചോദിച്ചു.

"അതെ. ഞാൻ തന്നെ."

അവൻ തല കുനിച്ചു. "ഞാനെത്ര കൊള്ളരുതാത്തവനായി പ്പോയി. ഞാൻ ശരിക്കു ബഹുമാനിക്കുന്ന കവി ഇതാ എന്റെ മുമ്പിൽ മുഖത്തോടുമുഖം നിൽക്കുന്നു. ഒന്നിനും കൊള്ളാത്തവ നാണ് ഞാനെന്ന് അവൻ പറഞ്ഞുതന്നു." തലയ്ക്ക് കൈവെച്ച് അവൻ പറഞ്ഞുകൊണ്ടേയിരിക്കുന്നു. "ഞാൻ വെറുമൊരു അല ഞ്ഞുനടപ്പുകാരൻ. ഞാൻ തല്ലിയ പുള്ളി മയക്കുമരുന്നുകാരനാണ്. ഞങ്ങൾ മണ്ണിലെ മാലിന്യങ്ങളാണ്. എന്നാലും എന്റെ ജീവിത ത്തിൽ പരിശുദ്ധമായ ഒരു കാര്യമുണ്ട്. ഒരു പെൺകുട്ടി. അവൾക്ക് എന്നോടുള്ള പ്രേമം. അവളെ നോക്ക്. അവളുടെ ചിത്രമിതാ. ഈ ചിത്രം, പാബ്ലൊ കൈയിൽ എടുത്ത് നോക്കിയിരുന്നു എന്ന് ഞാൻ അവളോടു പറയും. അത് അവളെ ആഹ്ലാദിപ്പിക്കും."

പുഞ്ചിരി തൂകുന്ന ഒരു പെൺകുട്ടിയുടെ പടം അയാൾ എനിക്കു തന്നു. "നീ നിമിത്തമാണ് അവളെന്നെ പ്രേമിക്കുന്നത്. നിന്റെ കവിതകൾ കാരണം. ഞങ്ങൾ ഒരുമിച്ചാണ് ആ കവിതകൾ മനഃപാഠമാക്കുക."

അപ്പോൾത്തന്നെ അയാൾ ചൊല്ലി, "നിന്റെ ഹൃദയത്തിന്റെ ആഴത്തിൽ........"

പെട്ടെന്ന് വാതിൽ തള്ളിത്തുറന്നു. കൂടുതൽ ഒരുക്കത്തോടെ എന്നെ രക്ഷപ്പെടുത്താൻ എത്തിയ കൂട്ടുകാർ. വാതിൽക്കൽ അമ്പ രന്നു നിൽക്കുന്ന അവരുടെ മുഖം ഞാൻ കണ്ടു.

ഞാൻ പുറത്തിറങ്ങി, പതുക്കെ നടന്നു. പിന്നിൽ അവൻ നിന്നി ടത്തുനിന്ന് നീങ്ങാതെ ചൊല്ലുന്നു: "അവളുടെ സിരകളിൽ ആളിക്ക ത്തുന്ന ഒരു ജീവിതത്തിനായി........" കവിത അവനെ തോൽപ്പിച്ചു.

* * * *

സോവിയറ്റ് റഷ്യയുടെ അതിർത്തിക്കുള്ളിൽ ചാരവൃത്തി ക്കായി എത്തിയ ഒരു വിമാനം, അവിശ്വസനീയമായ ഉയരത്തിൽ നിന്ന് താഴേട്ടു വീണു. മാരകമായ രണ്ടു മിസൈൽ തട്ടിയാണ് അത് താഴേട്ടു പതിച്ചത്. റോക്കറ്റ് വിക്ഷേപിച്ച ഒറ്റപ്പെട്ട മലമുകളിലേക്ക് പത്രപ്രതിനിധികൾ കുതിച്ചെത്തി.

ഉന്നം തെറ്റാതെ മിസൈൽ പ്രവർത്തിപ്പിച്ചവർ ഒറ്റപ്പെട്ട രണ്ടു യുവാക്കൾ ആയിരുന്നു. പുഴയൊഴുക്കും കുഴമഞ്ഞും ഫിർ മര ങ്ങളും നിറഞ്ഞ വിശാലവും വിജനവുമായ മലമുകളിൽ, ആപ്പിൾ കാർന്നുതിന്നും അക്കോർഡിയൻ വായിച്ചും ചെസുകളിയിൽ ഏർപ്പെട്ടും പുസ്തകം വായിച്ചുംകൊണ്ട്, റഷ്യൻ മാതൃഭൂവിന്റെ വിശാലമായ ആകാശസുരക്ഷക്കായി കാവൽ ജോലി നിർവഹിച്ച

ആ ചെറുപ്പക്കാരോട്, തുടരെത്തുടരെ പത്രക്കാർ പലതും ചോദിച്ചു.

"എന്തു തരം ആഹാരമാണ് കഴിക്കാറ്?"

"ആരാണ് മാതാപിതാക്കൾ?"

"നൃത്തം ഇഷ്ടമാണോ?"

"ഏതു മാതിരി പുസ്തകമാണ് വായിക്കാറ്?"

ഒടുവിലത്തെ ചോദ്യത്തിന് ഉത്തരമായി ഒരു യുവാവു പറഞ്ഞു: "കവിത വായിക്കാറുണ്ട് ഞങ്ങൾ. റഷ്യയിലെ വിശിഷ്ട കവി പുഷ്കിനും ചിലിയിലെ നെരൂദയുമാണ് പ്രിയപ്പെട്ട കവികൾ."

ഇതിനെപ്പറ്റി അറിഞ്ഞപ്പോൾ എനിക്ക് അതിയായ ആഹ്ലാദം അനുഭവപ്പെട്ടു.

വളരെ ഉയരത്തിൽ പൊങ്ങുകയും പതുക്കെ താഴുകയും ചെയ്ത മിസൈൽ, എന്റെ അസ്വസ്ഥമായ കവിതയുടെ പരമാണുവി നെയും വഹിച്ചിരുന്നു.

5

കവി ഒരിടത്ത് ഉറച്ചുനിൽക്കുന്നവൻ*

സർവകലാശാലാധ്യക്ഷന്റെ ഉജ്ജ്വലപ്രഭാഷണം നാം കേട്ടു കഴിഞ്ഞു. കവിയും വായനക്കാരനും തമ്മിലുള്ള ബന്ധത്തെപ്പറ്റി അദ്ദേഹം പറഞ്ഞത്, ആവർത്തിക്കാനാണ് എന്റെ ശ്രമം.

ആ കൃത്യം നിറവേറ്റാൻ, ഞാൻ ഒരിക്കൽക്കൂടി ഒരു കവിയാ കാൻ ഒരുങ്ങട്ടെ. കവിയും വായനക്കാരനും തമ്മിലുള്ള അടുപ്പം ശക്തമാക്കാനുള്ള കടമ കവികൾക്കുണ്ട് എന്ന്, ഞാൻ ആവർത്തി ച്ചുപറയുന്നു. അർപ്പണബോധത്തോടും ആഹ്ലാദത്തോടും അല്പം ക്ലേശത്തോടും ആ കൃത്യം നിറവേറ്റട്ടെ.

ജന്മദേശത്തിന്റെ ആത്മാവിനെ ആവാഹിച്ച് ഉൾക്കൊള്ളലാ ണ്, കവിയുടെ ആദ്യത്തെ കർത്തവ്യം. പിന്നീട് അതിനെ തിരികെ നൽകണം. കവി തന്റെ കർമവും കവിതയയും,സ്വന്തം ജനതയുടെ വളർച്ചയ്ക്കും വികാസത്തിനും സമർപ്പിക്കണം.

ബലം പ്രയോഗിച്ചല്ലാതെ കവിയെ അയാളുടെ മണ്ണിൽ നിന്ന് പിഴുതുമാറ്റാൻ പറ്റില്ല. അപ്പോൾ അയാളുടെ വേരുകൾ ആഴിയുടെ ആഴത്തിൽ ആണ്ടുകിടപ്പുണ്ടാവും – കവിതയുടെ വിത്തുകൾ, കാറ്റിന്റെ ഗതിയിൽ വിതരണം ചെയ്യപ്പെടുന്നുണ്ടാവും. മാതൃദേശ ത്തിന്റെ മാറിൽ അത് വീണ്ടും മുളപൊട്ടും. വിവേകമതിയായ കവി, ദേശീയവാദിയും പകതനേടിയ സ്വരാജ്യപ്രേമിയും ആയിരിക്കണം.

കവി ഒരിടത്തു ഉറച്ചുനിൽക്കുന്നവനത്രേ. രണ്ടു ബാധ്യത അയാൾക്കുണ്ട്; നാടു വിട്ടുപോവാനും, തിരിച്ചു വരാനുമുള്ള ബാധ്യത.

---

* 1954 ജൂൺ 20 ന് സാന്തിയാഗോവിലെ ചിലി യൂണിവേഴ്സിറ്റിയിൽ, കവിതാ പഠനത്തിനുള്ള പാബ്ലോ നെരൂദാ ഫൗണ്ടേഷന്റെ സമർപ്പണച്ചടങ്ങിൽ നട ത്തിയ പ്രഭാഷണം.

സ്വദേശം വിട്ടുപോവുകയും മടങ്ങിവരാതിരിക്കുകയും ചെയ്യുന്ന കവി വിശ്വപൗരനായിത്തീരുന്നു. വിശ്വപൗരൻ സാധാരണ ക്കാരൻ അല്ലാതാകുന്നു. മങ്ങിത്തുടങ്ങുന്ന പ്രകാശത്തിന്റെ പ്രതിഫ ലനം മാത്രമായിത്തീരുന്നു. ഭൂഗോളത്തിന്റെ മടക്കിൽ, ഒറ്റപ്പെട്ട നാട്ടിൽ കഴിയുന്ന ജനതയാണ് നാം. ഏറ്റവും എളിയവൻ മുതൽ, ഏറ്റവും വലിയവൻവരെ, എല്ലാവർക്കും നമ്മുടെ രാഷ്ട്രത്തിന്റെ പിറവി കാണാൻ ഭാഗ്യം കിട്ടി. ആ പിറവിയുടെ പിറകിൽ ചെറിയ തോതിലെങ്കിലും കാരണക്കാരൻ ആകാനും, നമുക്ക് ഓരോരു ത്തർക്കും കഴിഞ്ഞു.

വിവിധ സംസ്കാരം പുലരുന്ന ലോകനാടുകളിൽ നിന്നാണ്, ഞാനീ പുസ്തകങ്ങളെല്ലാം ശേഖരിച്ചത്; എല്ലാ സമുദ്രങ്ങളിൽ നിന്നുമാണ് ഞാനീ കടൽ കക്കകൾ കണ്ടെടുത്ത്. സപ്തസാഗര തീരങ്ങളിൽ നിന്ന് ശേഖരിച്ച ഈ നേർമയേറിയ വെൺമണൽ, എന്റെ ആത്മാവിന്റെ ആഹ്വാനം അനുസരിച്ച്, ഞാനീ സർവകലാ ശാലയ്ക്ക് സമർപ്പിക്കുന്നു. എന്റെ ജനത എനിക്കു നൽകിയതിന്റെ ചെറിയ പങ്ക്, അവർക്ക് തിരികെ നൽകുന്നതിന്റെ അടയാളമായി അതു സ്വീകരിച്ചാലും. നിയമത്തിന്റെ നിശ്ചയത്തിൽ നിന്നല്ല, മനു ഷ്യന്റെ സമരത്തിൽ നിന്നാണ് ഈ സ്ഥാപനം ജനിച്ചത്. ഇപ്പോ ഴത്തെ അതിന്റെ അധിപൻ തോമസ് മില്ലാസൻ, സർവകലാലയ ത്തിന്റെ പുരോഗതിയുടെ പാരമ്പര്യം പുതുക്കാൻ, ഇന്ന് ഒരവസരം ഒത്തുവന്നു. നമ്മുടെ വിജയപതാകയിലെ നക്ഷത്രചിഹ്നമായ അത്, നമ്മുടെ മുന്നേറ്റത്തെ സഹായിക്കും. ഈ പുരോയാനം ഇനിയും ഇങ്ങനെ തുടരും. ഏറെ നാളത്തെ കാത്തിരിപ്പിന്റെ ഫലമായി കൈവന്ന ഈ സ്ഥാപനം, പല പല പരിണാമങ്ങളിലൂടെ, ജനത യുടെ സമ്പത്തായി വരുംകാലത്ത് വളരും. ലോകത്തിലെ നാനാ നാടുകളിൽ നിന്ന് ഞാനീ പുസ്തകങ്ങൾ സമ്പാദിച്ചു. എന്നെ പ്പോലെ നാടുചുറ്റി നടന്നവയാണ് അവയും.

ഈ ഗ്രന്ഥങ്ങളിൽ ചിലതിന് എന്റെ അമ്പതുവയസിന്റെ ആയു സല്ല ഉള്ളത്. നാലും അഞ്ചും നൂറ്റാണ്ടിന്റെ പഴക്കമുള്ളവയുണ്ട്. ചിലത് ചീനായിൽ നിന്നു കിട്ടിയത്. മെക്സിക്കോവിൽ നിന്ന് വാങ്ങി യവയുണ്ട്. പാരീസിൽ നിന്നു കിട്ടിയത്. പാരീസിൽ നിന്നു കിട്ടിയ നൂറു കണക്കിന് പുസ്തകങ്ങളുണ്ട്. സോവിയറ്റ് യൂണിയന്റെ അമൂല്യസംഭാവന വേറെ. എല്ലാം എന്റെ ജീവിതത്തിന്റെ വ്യക്തിജീ വിത ഭൂമിശാസ്ത്രത്തിന്റെ അംശം. കിട്ടാൻ കൊതിച്ച്, ഏറെ കാത്തി രുന്നശേഷം കൈയിൽ വന്ന ചില പുസ്തകങ്ങളുണ്ട്. അവ കിട്ടിയ പ്പോൾ അനുഭവിച്ച ആനന്ദം അവർണനീയമാണ്. അവയിലെ വിജ്ഞാനവും സൗന്ദര്യവും എന്നെ സേവിച്ചു. ഇനിമേൽ, അവ അനേകം പേരുടെ സേവനത്തിന് ഉപകരിക്കും.

കാലം കടന്നുപോകുമ്പോൾ, ഈ പുസ്തകം വായിക്കാൻ

കൈയിലെടുക്കുന്ന ആരെങ്കിലും, ഇതു ശേഖരിച്ച വ്യക്തിയെപ്പറ്റി എന്തു ചിന്തിക്കുമെന്നു പറയാനാവില്ല. ഗ്രന്ഥശേഖരത്തിൽ അവ യിൽ പലതും എന്തിന് പെടുത്തി എന്ന് അമ്പരന്നേക്കും. ഗോഥാ[1] നഗരത്തിലെ രാജമന്ദിരങ്ങളുടെയും കുലീനകുടുംബാംഗങ്ങളു ടെയും പൊങ്ങച്ചച്ചന്തകളുടെയും പേർവിവരപട്ടികയുടെ 1838-ലെ പ്രതി അത്തരത്തിൽ ഒന്നത്രേ. ഒരു വരികൊണ്ടുമാത്രം എനിക്കു പ്രിയപ്പെട്ട ഒരു പുസ്തകമുണ്ട്. വളരെ ചെറിയ അക്ഷരത്തിൽ അച്ച ടിച്ച ആ പുസ്തകത്തിലെ ഒരു വരി ഇതാണ്: "റഷ്യയിലെ മഹാ കവി അലക്സാണ്ടർ പുഷ്കിൻ ദ്വന്ദ്വയുദ്ധത്തിൽ 1837 ഫെബ്രുവരി 12-ന് മരണമടഞ്ഞു." കഠാരമുനയുടെ കുത്തുകൊണ്ടതുപോലെ ആ വരി എന്നെ നോവിച്ചു. ആ മുറിവിൽ നിന്ന് വിശ്വകവിത ഇന്നും ചോരയൊഴുക്കുന്നു.

വധിക്കപ്പെട്ട മറ്റൊരു കവിയുടെ *നാടോടികളുടെ പാട്ടുകൾ,* ഈ കൂട്ടത്തിൽ ഉണ്ട്. അതിലെ ഉജ്ജ്വലമായ സമർപ്പണം, ഫ്രെഡ റിക്കൊ[2] എന്റെ സാന്നിധ്യത്തിലാണ് എഴുതിയത്. പോൾ എലുവാർഡ്[3] -അദ്ദേഹവും ജീവിച്ചിരിപ്പില്ല- ഈ പുസ്തകത്തിന്റെ ആദ്യത്തെ ഏടിൽ കൈയൊപ്പ് ഇട്ടിരിക്കുന്നു.

'അവർ അനശ്വരരാണ്' എന്ന് എനിക്ക് എപ്പോഴും തോന്നാ റുണ്ട്. അവർ അനശ്വരരായി അനുഭവപ്പെടുന്നുമുണ്ട്. എന്നാലും അവർ ഇവിടെനിന്ന് പോയ്ക്കഴിഞ്ഞല്ലോ എന്ന നൊമ്പരവും തോന്നുന്നു.

ഒരു നാൾ രാത്രി പാരീസ് നഗരത്തിൽ വെച്ച് കൂട്ടുകാർ എനിക്ക് വിരുന്നു നൽകി. കൈയിൽ അമൂല്യ വസ്തുക്കളുമായാണ് മഹാനായ ഫ്രെഞ്ചുകവി വന്നുചേർന്നത്. വിക്ടർ ഹ്യൂഗോവിന്റെ കൃതികളുടെ അപൂർവങ്ങളായ ആദ്യകാലപതിപ്പ്. എനിക്ക് ലഭിച്ച ഏറ്റവും വിലപിടപ്പുള്ള വസ്തുക്കളായി മാറിയ മറ്റു ചിലതുമുണ്ട്. രണ്ടു കത്തുകൾ. മാർസിലസിലെ ആശുപത്രിക്കിടക്കയിൽ നിന്ന് ഇസബെല്ലെ റിംബോ സഹോദരന്റെ മരണവാർത്ത അറിയിക്കാൻ അമ്മയ്ക്ക് എഴുതിയ കത്തുകൾ.

"എന്റെ ഉള്ളിൽത്തട്ടിയ ഒരു രേഖ"- ആ കത്തുകൾ കൈമാറു മ്പോൾ പോൾ പറഞ്ഞു. "കത്തിലെ അവസാനവാക്യത്തിന്റെ അവ സാനഭാഗം നഷ്ടപ്പെട്ടതു കണ്ടില്ലേ. ആർതറിനുവേണ്ടത്.... അതിന്ന പുറത്തെ വാക്കുകൾ നഷ്ടപ്പെട്ടിരിക്കുന്നു. അതു കണ്ടെത്താൻ കഴി ഞ്ഞില്ല. റിംബൊവിന്റെ മട്ട് അതാണ്. അദ്ദേഹത്തിനു വേണ്ടത് എന്തായിരുന്നു എന്ന് ആർക്കും പറയാനാവില്ല."

---

1.   ഗോഥ-മധ്യജർമനിയിലെ സംസ്ഥാനം

2.   ഗാർസിയ ലോർക ഫെഡറിക്കെ, (1898-1936) സ്പാനിഷ് കവി. സ്പാനിഷ്
       ആഭ്യന്തര യുദ്ധത്തിന്റെ ആദ്യമാസം തന്നെ വെടിയേറ്റ് കൊല്ലപ്പെട്ടു.

3.   പോൾ എലുവാർഡ് (1895-1952) ഫ്രെഞ്ചുകവി, സർറിയലിസ സ്ഥാപകരിൽ ഒരാൾ.

ആ രണ്ടു കത്തുകൾ ഞാൻ ഇതാ ഇവിടെ ഏല്പിക്കുന്നു.

ഗ്രാസിലാസൊ[4]വിന്റെ ഒരു കവിതാഗ്രന്ഥം ആദ്യമായി വാങ്ങിയ ആവേശം, ഞാൻ അനുസ്മരിക്കുന്നു. 1549-ൽ അച്ചടിച്ച ആ പുസ്തകം, അഞ്ചുപെസ്റ്റ[5] കൊടുത്താണ് വാങ്ങിയത്. പതി നേഴാം നൂറ്റാണ്ടിൽ ഫ്ളാൻഡേഴ്സിൽ[6] വെച്ച് ഫൊപ്പൻസ് എന്ന പ്രസാധകൻ മനോഹരമായി അച്ചടിച്ചു പ്രസിദ്ധീകരിച്ച ഗൊ ങ്കൊവെ'യുടെ കൃതിയുടെ വില നൂറു പെസ്റ്റയായിരുന്നു. മാസം തോറും പത്തു പെസ്റ്റ തവണകളായി അടച്ച്, മാഡ്രിഡിലെ ഗാസിയ റിക്കോവിന്റെ പുസ്തകക്കടയിൽ നിന്ന് ഞാനാ പുസ്തകം കൈവ ശമാക്കി. കാസ്റ്റിലയിലെ കർഷകന്റെ മുഖഭാവമുള്ള ആ പുസ്തക ക്കച്ചവടക്കാരന്റെ ആശ്ചര്യഭാവം ഇപ്പോഴും എന്റെ ഓർമ്മയിലുണ്ട്. പുസ്തകം വേണമെന്നും പണം തവണകളായി തന്നുകൊള്ളാ മെന്നും ഞാൻ ഒരു വിധം പറഞ്ഞൊപ്പിക്കുകയായിരുന്നു.

എനിക്കു പ്രിയപ്പെട്ട രണ്ടു സുവർണകാല കവികളുടെ കൃതി കളുടെ ആദ്യപതിപ്പുകളുണ്ട്. പെദ്രോ സോടോ ഡി റോജസിന്റെ *പ്രേമത്തിന്റെ നഷ്ടപ്പെട്ട വ്യാമോഹങ്ങൾ* എന്ന പുസ്തകവും ഫ്രാൻസിസ്കൊ ഡി ലടൊറെയുടെ *നിശാഗീതവും.* ഫ്രാൻസി സ്കൊയുടെ വരികൾ:

വിണ്ണിലെ പ്രൊജ്ജ്വലപ്രകാശം

രാത്രിയുടെ മുഖത്തു കണ്ട അമ്പരപ്പാർന്ന കണ്ണുകൾ

പ്രകാശമാനമായ കിരീടമണിഞ്ഞ്

ജ്വലിക്കുന്ന ഉത്തരനക്ഷത്രസമൂഹങ്ങൾ.....

എന്തെല്ലാം ഗ്രന്ഥങ്ങൾ! എന്തൊക്കെ വസ്തുക്കൾ! ഭൂത കാലം ഇവിടെ ഇങ്ങനെ വീണ്ടും ജീവിക്കുന്നു. റാഫേൽ ആൽ ബർട്ടി[8]യുടെ കൂടെ പാരീസിൽ സീനായ് നദിയുടെ കരയിൽ ജീവിച്ച നാളുകൾ ഓർത്തുപോവുന്നു. യഥാതഥപ്രസ്ഥാനക്കാരായ തടിയൻ കവികളുള്ള വർത്തമാനകാലത്തെപ്പറ്റി ഞങ്ങൾ സംസാരിച്ചു.

"മെലിഞ്ഞ കവികൾ ഏതായാലും മതിയായി. മെലിഞ്ഞ കവി കളെ കാല്പനികകാലം വേണ്ടത്ര സംഭാവന ചെയ്തു കഴിഞ്ഞു." കാഡിസ്[9]കാരുടെ ഉച്ചാരണച്ചുവയോടെ, ഉല്ലാസസ്വരത്തിൽ റാഫേൽ പറഞ്ഞു.

---

4.   വിഗാ ഗ്രാസിലാസൊ (1503–1536)-സ്പാനിഷ് സാഹിത്യസുവർണകാല ത്തിലെ ആദ്യകവി.

5.   പെസ്റ്റ-സ്പെയിനിലെ നാണയം

6.   ഫ്ളാൻഡേഴ്സ്– പശ്ചിമ യൂറോപ്യൻ രാജ്യം

7.   ആർഗോതി ഗൊങ്കൊവെ (1561–1627)

8.   റാഫേൽ ആൽബർടി (1902–1999) സ്പാനിഷ് സാഹിത്യകാരൻ, നാടകകൃത്ത്

9.   കാഡിസ് – സ്പെയിനിലെ തുറമുഖപട്ടണം

"ബൽസാക്കി[10]നെപ്പോലെ നമുക്കു തടിയന്മാരാകാം. ബക്വ റെ[11]പ്പോലെ മെലിഞ്ഞവരാകേണ്ട." ഞങ്ങളുടെ പാർപ്പിടത്തിന്റെ താഴത്തെ നിലയിൽ, ഒരു പുസ്തകശാല ഉണ്ടായിരുന്നു. അതിന്റെ ജനാലയോട് പറ്റിച്ചേർന്ന തട്ടിയിൽ, വിക്ടർ ഹ്യൂഗോവിന്റെ സമ്പൂർണ്ണകൃതികൾ നിരത്തിവച്ചിരുന്നു. താമസസ്ഥലത്തു നിന്ന് താഴെയിറങ്ങി പുറത്തേക്കു പോകുമ്പോൾ, ആ ജനാലയുടെ അരി കിൽച്ചെന്ന് പുസ്തകത്തിന്റെ മുന്നിൽ നിന്ന്, ഞങ്ങൾ ശരീരത്തിന്റെ വലിപ്പം അളക്കും.

"നീ എത്ര തടിയുണ്ട്?"

"കടലിൽ അധ്വാനിക്കുന്നവരുടെ അത്ര വണ്ണമുണ്ട്. നിന്റെ വണ്ണം എത്ര?"

"*നേത്രദാമിലെ കൂനനെക്കാൾ വലിപ്പമില്ല.*"

ജീവികളെയും സസ്യങ്ങളെയും കുറിച്ചുള്ള ഇത്രയേറെ പുസ്തകങ്ങൾ എന്തിനാണ് എന്ന് ചിലർ സംശയിച്ചേക്കാം. അതി നുള്ള ഉത്തരം എന്റെ കവിതകളിൽ കാണാം.

ജീവശാസ്ത്രവും സസ്യശാസ്ത്രവും എന്നെ ആകർഷിച്ച വിഷയങ്ങളാണ്. എന്റെ ഉള്ളിലെ ബാലകൗതുകം അതു നിറവേറ്റു ന്നു. പ്രകൃതിയുടെ വിസ്മയകരവും അനന്തവുമായ ലോകത്തി ലേക്ക് ആ പുസ്തകങ്ങൾ നമ്മെ കൂട്ടിക്കൊണ്ടുപോകുന്നു. നമ്മുടെ ഭൂമിയെ കണ്ടെത്തുന്ന ആ കൃതികൾ, എനിക്ക് പ്രിയപ്പെട്ടവയാണ്. അതിലെ പക്ഷികളുടെയോ പ്രാണികളുടെയോ തിളങ്ങുന്ന വർണ ചിത്രങ്ങളിൽ കണ്ണോടിച്ചാലേ, എനിക്ക് സുഖകരമായ ഉറക്കം സാധ്യമാകൂ.

സർവകലാശാലാധ്യക്ഷനെ ഞാൻ ഇപ്പോൾ ഏൽപ്പിക്കുന്ന ഈ ഗ്രന്ഥശേഖരം, രാഷ്ട്രത്തിന്റെ പൈതൃകത്തിനാണ് ഞാൻ സമർപ്പിക്കുന്നത്. അത് വളരെ ചെറുതാണെന്ന് ഞാൻ സമ്മതിക്കു ന്നു. ലോകസഞ്ചാരത്തിനിടയിൽ വ്യക്തിപരമായി ശേഖരിച്ച വിശ്വവി ജ്ഞാനശകലങ്ങളാണ് ഈ പാരിതോഷികത്തിൽ ഉള്ളത്. ഞാനത് നിങ്ങൾക്കു നൽകുന്നു. കുലമഹിമയെപ്പറ്റി പൊങ്ങച്ചം പറയുകയും ഭൂതകാലപ്പെരുമയെ ലേലം വിളിക്കുകയും ചെയ്യുന്ന കൂട്ടത്തിൽപ്പെട്ട വനല്ല ഞാൻ. എന്റെ ജീവിതയാത്രക്കിടയിൽ, ഇല്ലായ്മക്കിടയിൽ, കഷ്ടപ്പെട്ട് ശേഖരിച്ച ഈ പുസ്തകങ്ങളുടെ മഹിമയും ഈ കടൽ കാക്കകളുടെ അലങ്കാരസമൃദ്ധിയുമെല്ലാം, ഞാനീ സർവകലാശാ ലക്ക് സമർപ്പിക്കുന്നു; അതായത് സർവർക്കുമായി സമർപ്പിക്കുന്നു.

ഒറ്റ വാക്കു കൂടി.

---

10. ബൽസാക്ക്‌–ഫ്രഞ്ച് നോവലിസ്റ്റ് (1799-1850)

11. ഗുസ്താവൊ അഡോൾഫ് ബക്വർ– (1836-1870) സ്പാനിഷ് കവി

ക്ഷയിച്ചുകൊണ്ടിരിക്കുന്ന ആസ്വാദനശേഷി നിമിത്തം, പുസ്തകവിരോധവും സാഹിത്യവിമുഖതയും വെച്ചുപുലർത്തിയവരായിരുന്നു എന്റെ തലമുറക്കാർ. ചൂഷണത്തിനും ദുരിതത്തിനും അലസതയ്ക്കും എതിരെ പൊരുതുന്നവരാണ് ഞങ്ങൾ. പ്രകൃതിയുടെ സന്തതികളാണ് ഞങ്ങൾ.

വിജ്ഞാനത്തിന്റെ ഏകതയെ പ്രകൃതി പ്രതിഫലിപ്പിക്കുന്നു. വസ്തുക്കൾ തമ്മിലുള്ള ബന്ധത്തിന്റെ സരളതയെ ബുദ്ധി കണ്ടു പിടിക്കുന്നു. മനുഷ്യനും പ്രകൃതിയും തമ്മിലുള്ള ഐക്യത്തിന്റെയും പരസ്പരബന്ധത്തിന്റെയും മൊഴിമാറ്റങ്ങളാണ് പുസ്തകങ്ങളിൽ കണ്ടെത്താൻ കഴിയുക.

ഞാൻ ബുദ്ധിജീവിയയല്ല. അന്വേഷണ-ഗവേഷണസ്വഭാവമല്ല എന്നെ പുസ്തകങ്ങളോട് അടുപ്പിച്ചത്. ബഹുമാനത്തോടെയാണ് ഞാൻ പുസ്തകങ്ങളെ സമീപിച്ചത്. എന്നെ ആകർഷിച്ച സൗന്ദര്യങ്ങളാണ് ഈ പുസ്തകങ്ങളിൽ. പ്രകാശത്തിലേക്കു നയിച്ച ആത്മാവിന്റെ ധർമബോധം അവയിലുണ്ട്.

വിലമതിക്കാനാവാത്ത നിധിപോലെ ഞാനീ പുസ്തകങ്ങളെ സ്നേഹിച്ചു. കടന്നു കടന്നുപോവുന്ന കാലത്തിന്റെ നുര....മനുഷ്യന് ആവശ്യമായ അധ്വാനഫലം......അസംഖ്യം പുതിയ കണ്ണുകൾക്ക് അവകാശപ്പെട്ടവയാണ് ഇനിമേൽ അവയെല്ലാം.

പ്രകാശം ഉൾക്കൊള്ളുകയും പ്രകാശം തിരികെ കൊടുക്കുകയും ചെയ്യാനുള്ള നിയോഗം അവ നിറവേറ്റട്ടെ!

6

ജീവിച്ചതു നന്നായി
ഞാൻ സ്നേഹത്തിന്റെ ഉടമയാണ്*

OOങ്കോ തടാകക്കരയിലെ വനഭൂമിയിലൂടെ വർഷങ്ങൾക്കു മുമ്പ് സഞ്ചരിക്കുമ്പോൾ ഞാൻ ആലോചിച്ചു: "ഇവിടം എന്റെ മാതൃ ദേശത്തിന്റെ ഉത്ഭവസ്ഥലിയാണ്. എന്റെ കവിതയുടെ കാട്ടുമര ത്തൊട്ടിലാണ്. പ്രകൃതി തല്ലുകയും തലോടുകയും ചെയ്യുന്ന അവിടം സന്ദർശിക്കാൻ കഴിഞ്ഞതു നന്നായി."

സൈപ്രസ് മരങ്ങൾ ആകാശത്തിൽ തലയുയർത്തി നിന്നു. വനസാന്ദ്രതയുടെ സുഗന്ധം വായുവിൽ തങ്ങി നിന്നു.നാനാതരം നാദം എല്ലായിടത്തും ഒളിഞ്ഞിരിക്കുന്നതുപോലെ തോന്നി. പക്ഷി കളുടെ പാട്ട്. ചില്ലകളും ഇലകളും ഇളക്കി താഴെ വീഴുന്ന പഴങ്ങ ളുടെ ഒച്ച. ചിലപ്പോൾ, പെട്ടെന്ന് എല്ലാം നിലച്ച് നിശ്ശബ്ദത നിഴൽവീഴ്ത്തും. കാട്ടിലുള്ള എല്ലാം എന്തിനെയോ നിഗൂഢമായി കാത്തിരിക്കുകയാണെന്ന് തോന്നി. ഒന്നിന്റെ പിറവി വരാൻ പോകു ന്നു. അത് ഒരു നദിയായിരുന്നു. എനിക്കതിന്റെ പേരറിയില്ല. പുതുമ യാണ്. ഇരുണ്ട അതിന്റെ ഉത്ഭവജലസ്ഥാനം അകലെ അവ്യക്ത മായി കാണപ്പെട്ടു. കൂറ്റൻ പാറക്കെട്ടുകളുടെയും തടിമരങ്ങളുടെയും ഇടയിലൂടെ, പുറത്തേക്കൊഴുകാൻ വഴിയുണ്ടാക്കാൻ, അത് ദുർബ ലമായി, നിശ്ശബ്ദമായി പാടുപെടുകയായിരുന്നു.

ആയിരമായിരം ആണ്ടുകളായി ഇലകൾ പൊഴിഞ്ഞു വീണ്, ഈ ഉറവിടത്തിൽ തടയണ തീർത്തിരിക്കാം. എന്നിട്ടും മുന്നോട്ടുള്ള പോക്ക് തടയാനൊത്തില്ല. പഴയ ഇലക്കൂട്ടങ്ങളെല്ലാം ഇളക്കിയകറ്റി മുന്നേറിയ പുതിയ പുഴയൊഴുക്ക്, പോകുന്ന വഴിയിലെല്ലാം കുളിരു പകർന്നു.

ഞാൻ ആലോചിച്ചു: കവിത ഒഴുകുന്ന വഴിയും ഇതുപോലെ തന്നെ. ആ ദൃശ്യമാണ് അതിന്റെ ഉറവിടം. തുടക്കത്തിൽ നിഗൂ ഢവും ഇരുണ്ടതുമാണ്. ഏകാന്തവും പരിമളപൂരിതവുമാണ്. നദി യെപ്പോലെ കവിതയും, ഒഴുക്കിന്റെ വഴിയിൽ വന്നുപെടുന്നതിനെ യെല്ലാം സ്വീകരിക്കും. മലയിടുക്കുകളിലൂടെ സ്വന്തമായ വഴി കണ്ടു പിടിക്കാം. അതിന്റെ പളുങ്കുസംഗീതം മൈതാനങ്ങളിൽ മുഴങ്ങും.

കവിത മണ്ണിനെ ആർദ്രമാക്കും. വിശക്കുന്നവന് അപ്പം പകുത്തു നൽകും. വിളഞ്ഞ ഗോതമ്പുപാടങ്ങളിലൂടെ വളഞ്ഞൊഴു കും. തീർഥയാത്രികരുടെ ദാഹമകറ്റും. മനുഷ്യർ പൊരുതുമ്പോ ഴെല്ലാം പാട്ട് നൽകും; വിശ്രമം കൊള്ളുമ്പോഴും.

ജനങ്ങളെ കവിത ഒന്നിച്ചുചേർക്കും. അവരുടെ ഇടയിലൂടെ ഒഴുകും. മനുഷ്യരെ കണ്ടെത്തും. വേരുകളിൽ ജീവചൈതന്യം പകർന്നുകൊണ്ട് താഴ്‌വരകളെ തഴുകും.

ഗാനവും സഫലതയുമാണ് കവിത.

നിഗൂഢതയിൽ ഉറവെടുക്കുന്ന കവിത, പുഷ്‌കലമായ ഗാനം, പൊഴിച്ച് മുന്നോട്ടൊഴുകുന്നു. ഇളകി വീഴുന്ന നീർക്കുത്ത് തീർ ക്കുന്ന ശക്തി യന്ത്രശാലയിൽ ധാന്യം പൊടിക്കുന്നു; തോൽ പതം വരുത്തുന്നു; മരം മുറിക്കുന്നു; നഗരപ്രദേശങ്ങളിൽ പ്രകാശം പ്രസ രിപ്പിക്കുന്നു. അത് ഉപകാരപ്രദമാണ്. തീരഭൂമികളിൽ കൊടിക്കൂറ കൾ ഉയർത്തി ഉണർവ് ഉളവാക്കുന്നു. പാട്ടുപാടിയൊഴുകുന്ന നദി യുടെ തീരത്ത് ഉത്സവം കൊണ്ടാടുന്നു.

ഫ്ളോറൻസിലെ പണിശാല സന്ദർശിച്ചപ്പോൾ, ഒരു കൂട്ടം തൊഴിലാളികളുടെ മുന്നിൽ കവിത വായിച്ച സന്ദർഭം ഓർക്കുന്നു. അവികസിതമായ വൻകരയിൽ നിന്ന് ചെന്നവൻ എന്ന നിലയിൽ അവിടത്തെ സവിശേഷതയാർന്ന അന്തരീക്ഷത്തിൽ, വളരെ വിനയ ത്തോടെയാണ് ഞാൻ പരിപാടിയിൽ പങ്കുകൊണ്ടത്. പദ്യപാരാ യണം കഴിഞ്ഞപ്പോൾ, തൊഴിലാളികൾ ഒരു സമ്മാനം തന്നു. ഞാനത് ഇപ്പോഴും സൂക്ഷിച്ചുവെച്ചിട്ടുണ്ട്. 1484-ൽ പ്രസിദ്ധീകരിച്ച പെട്രാർക്കി'ന്റെ കാവ്യഗ്രന്ഥം.

ആ തൊഴിൽശാലയിൽ കവിത പാടിയൊഴുകി. തൊഴിലാളി കളുടെ ജീവിതത്തിലൂടെ അത് നൂറ്റാണ്ടുകളായി പ്രവഹിക്കുന്നുണ്ട്. സന്യാസിയുടെ ശിരോവസ്ത്രം ധരിച്ച നിലയിൽ ഞാൻ പെട്രാ ർക്കിനെ സങ്കൽപ്പിക്കാറുണ്ട്. ലളിതമനസ്‌കനായ ആ ഇറ്റലിക്കാരൻ കവിയുടെ കവിത, ആദരപൂർണ്ണമായ കണ്ണുകളോടെയാണ് ഞാൻ കൈയിലെടുക്കാറ്. മനുഷ്യന്റെ കൈയിലെ ദിവ്യായുധമാണിത്.

നാട്ടുകാരായ ഒട്ടേറെപ്പേരും അന്യരാജ്യങ്ങളിലെ പ്രസിദ്ധരായ സ്ത്രീകളും പുരുഷന്മാരും ഈ ചടങ്ങിൽ പങ്കെടുക്കുന്നുണ്ട്. കവിക

---

1. ഫ്രാൻസിസ്‌കൊ പെട്രാർക്ക് (1304 – 1374)- ഇറ്റലിയിലെ കവി

ളൂടെ കടമയും വിശ്വകവിതയുടെ വികാസവും ആഘോഷിക്കാ നാണ് അവർ വന്നിരിക്കുന്നത്.

ഇവിടെ, ഇങ്ങനെ, എല്ലാവർക്കും ഒത്തുകൂടാൻ ഒത്തതിൽ ഞാൻ സംതൃപ്തനാണ്. ഞാൻ ചെയ്ത കാര്യവും എഴുതിയ കവി തകളുമാണ് നമ്മുടെ അടുപ്പത്തിനു കാരണമായത് എന്നതിൽ ഞാൻ സന്തുഷ്ടനാണ്. മനുഷ്യർ അന്യോന്യം അടുക്കാനും അറി യാനും അവസരം ഒരുക്കുക എന്നതാണ്, മനുഷ്യസ്നേഹികളു ടെയും ബുദ്ധിജീവികളുടെയും ഒന്നാമത്തെ കർത്തവ്യം.

വിശാലമായ സമുദ്രവും ആഴമേറിയ ഹിമപരപ്പും അന്യരാജ്യ ങ്ങളിൽ നിന്ന് അകറ്റുന്ന ഒറ്റപ്പെട്ട ഈ നാട്ടിലെ എന്നെയല്ല നിങ്ങൾ ആദരിക്കുന്നത് എന്നാണ് ഞാൻ കരുതുന്നത്. മനുഷ്യനു വേണ്ടി നടത്തിയ ശ്രമത്തിന്റെ വിജയത്തെയാണ് നാം കൊണ്ടാടുന്നത്. ഉയർന്ന മലകളും ശാന്തസമുദ്രത്തിന്റെ നിർദയമായ തിരകളും എന്റെ രാഷ്ട്രത്തിന്റെ ശബ്ദം ലോകത്തിൽ മുഴങ്ങിക്കേൾക്കു ന്നതും ഒരിക്കൽ തടഞ്ഞിരുന്നു എങ്കിൽ, ജനതയുടെ സമരത്തെയും സാംസ്കാരത്തിന്റെ സാർവദേശീയമായ സമന്വയത്തെയും മുടക്കി യിരുന്നു എങ്കിൽ, ഇപ്പോൾ ഈ മലമടക്കുകളും കടൽത്തിരകളും കീഴടക്കപ്പെട്ടിരിക്കുന്നു. കാരണം, എന്റെ നാടിന്റെ നാവനങ്ങുന്നത് ലോകം ശ്രദ്ധിക്കുന്നുണ്ട്.

ഒറ്റപ്പെട്ട ഈ നാട്ടിൽ, എന്റെ ജനതയും എന്റെ കവിതയും പൊരുതിയിരുന്നത് സൗഹൃദത്തിനും ആശയവിനിമയത്തിനുമാണ്.

ഈ സർവകലാശാല അതിന്റെ ബൗദ്ധിക കർത്തവ്യം നിറവേ റ്റുന്നതിനാണ് നമ്മെ ആദരിക്കുന്നത്. ആ പ്രവൃത്തിയിലൂടെ, മനു ഷ്യവർഗത്തിന്റെ വിജയത്തെയാണ് ഉറപ്പിച്ചിരിക്കുന്നത്. ചിലിയുടെ പെരുമയെയാണ് പെരുപ്പിച്ചിരിക്കുന്നത്.

റൂബൻ ദാരിയൊ[2] നമ്മുടെ ധ്രുവനക്ഷത്രത്തിന് കീഴേയാണ് ജീവിച്ചത്. അമേരിക്കൻ നാടുകളിലെ വിസ്മയകരമായ ഉഷ്ണമേ ഖലാ പ്രദേശത്തുനിന്ന് അദ്ദേഹം സ്പാനിഷ് കവിതയെ നവീകരി ക്കുന്നതിന് ഇവിടെ വന്നു. ഒരുപക്ഷേ, ഇന്നത്തേതുപോലെ നീലി മയും വെളുപ്പും കലർന്ന ഒരു മഞ്ഞുകാലദിനത്തിലാകാം അദ്ദേഹം വൽപരൈസോ[3] പട്ടണത്തിൽ എത്തിച്ചേർന്നത്.

അദ്ദേഹത്തിന്റെ പ്രകാശപൂർണമായ പ്രതിഭയെപ്പറ്റിയാണ് ഞാനിപ്പോൾ ആദരപൂർവം ആലോചിക്കുന്നത്. മഹത്തായ ആ കവിത യുടെ മാസ്മരദീപ്തി, മനസിൽ നിന്ന് മങ്ങുകയോ മായുകയോ ഇല്ല.

ഇന്നലെ രാത്രി സമ്മാനപ്പൊതികൾ അഴിക്കാൻ ആരംഭിച്ച

---

2. റൂബൻദാരിയൊ (1867–1916)ഫെലിക്സ് റൂബർ ഗാർസിയ സർമിയന്റയുടെ തൂലികാനാമം, നിക്കരാഗ്വൻ കവി.

3. വൽപരൈസോ– മധ്യചിലിയിലെ തുറമുഖ പട്ടണം

പ്പോൾ. ആദ്യം ആകാംക്ഷയോടെ തുറന്നത് ലോറാ റോഡിഗ് കൊണ്ടുവന്ന പൊതിയായിരുന്നു. ഗബ്രിയേലാ മിസ്ട്രാലി[4]ന്റെ മൃത്യുഗീതങ്ങളുടെ കൈയെഴുത്തു പ്രതിയാണ് അതിനകത്ത് ഉണ്ടായിരുന്നത്. 1914-ൽ കടലാസു പെൻസിൽ കൊണ്ടെഴുതി, ശക്തമായ കൈപ്പടയിൽ നിറയെ തിരുത്തൽ വരുത്തിയ ആദ്യത്തെ കൈയെഴുത്തു പ്രതി.

ആ ഗീതകങ്ങൾ, മഞ്ഞുമലകളുടെ കൊടുമുടികളിൽ മുഴങ്ങു മെന്നും മണ്ണിനടിയിൽ മാറ്റൊലിക്കൊള്ളുമെന്നും ക്വവെദൊവി[5]ന്റെ ഗംഭീരസ്മൃതിയുടെ പ്രതിധ്വനി ഉയർത്തുമെന്നും ഞാൻ വിശ്വസി ക്കുന്നു.

ഗാബ്രിയോ മിസ്ട്രാലിനേയും റൂബൻ ദാരിയോവിനേയും ചിലിയിലെ കവികളായി കണക്കാക്കുന്നു.

അനശ്വരമായ ആയുസ്സുള്ള നേരായ കവിതയുടെ അവകാശി കളാണ് അവരെന്നു പറയാൻ, അമ്പതാം പിറന്നാളിൽ എത്തിയ കവി ആഗ്രഹിക്കുന്നു.

അവരോട് എനിക്ക് കടപ്പാടുണ്ട്. എനിക്കു മുമ്പേ എഴുതിയി രുന്ന എല്ലാ ഭാഷകളിലെയും, എല്ലാ കവികളോടും എനിക്ക് കടപ്പാ ടുണ്ട്. പേരെടുത്തു പറയാൻ, ഏറെ പേരുകളുണ്ട്, അവരാണ് നക്ഷ ത്രസമൂഹമായി ആകാശത്തിൽ പ്രകാശം ചൊരിഞ്ഞു നിൽക്കു ന്നത്.

---

4.   ഗബ്രിയേല മിസ്ട്രാൽ (1889–1957) ചിലിയൻ കവയിത്രി–1945 സാഹിത്യത്തി നുള്ള നോബൽ സമ്മാനം നേടി.

5.   ക്വവെദൊ മില്ലിഗസ് ഫ്രാൻസിസ്കൊഗോമസ് (1580–1645) സ്പെയ്നിലെ സുവർണകാല കവി

7

അഭിവാദനങ്ങൾ!
ഇനി നൃത്തം ആരംഭിക്കാം*

എല്ലാ ലോകരാജ്യങ്ങളിൽ നിന്നും വന്നെത്തിയ എന്റെ പ്രിയങ്കരരായ യുവജനങ്ങളേ,

അമേരിക്കൻ ജനതയുടെ അന്തഃസത്ത അടങ്ങിയ വിനോദകേളികളും നൃത്തങ്ങളും വിഷാദഗീതങ്ങളും ആഹ്ലാദഗാനങ്ങളും അവ തരിപ്പിക്കാൻ അരങ്ങൊരുക്കിയാലും.

അസ്ടക് ഗോത്രം അവരുടെ കൊയ്ത്തുപാട്ടുകളും യുദ്ധഗാനങ്ങളും സമാധാനത്തിന്റെ ആചാരഗീതങ്ങളും അവശേഷിപ്പിച്ചാണ് കടന്നുപോയത്. മധ്യ അമേരിക്കയുടെ മയമേറിയ മണ്ണിൽ മായൻ ഗോത്രം, പൂവിടുന്ന ആവേശം നട്ടുപിടിപ്പിച്ചിട്ടാണ് പോയത്.

അറോക്കാനൻമാർ അവരുടെ മരച്ചുവടുകളിൽ താളം ചവിട്ടി.

നൂറ്റാണ്ടുകളായി സ്വന്തം ഭാഷയിൽ എഴുതിവന്ന മലയോരഗ്രാമങ്ങളുടെ ഹർഷമേളങ്ങളും നെടുവീർപ്പുകളും പോരാട്ടങ്ങളും വിഭ്രമഭാവനകളും കറുത്ത തടാകങ്ങളും വിസ്മയകഥകളുമായി സ്പാനിഷുകാർ ഉണ്ട്.

ഈ വൻകരയിലെ ഇരമ്പുന്ന നദികളിലുള്ള ബ്രസീലിന്റെ പാട്ടുകളും കഥകളുമുണ്ട്. അവിടത്തെ കരിമ്പനകൾക്കു കീഴെ ആണുങ്ങളും പെണ്ണുങ്ങളും ആടുകയും പാടുകയും ചെയ്തു. തേൻ മധുരമൂറുന്ന സംഗീതവുമായി പോർത്തുഗൽ വന്നിരിക്കുന്നു. ബ്രസീലിന്റെ ശബ്ദം, കാനനഗഹനതയിൽ മാറ്റൊലിക്കൊള്ളുന്നു. തീരങ്ങളിലെ നാരകങ്ങളെ പൂവണിയിക്കുന്നു.

---

* 1965 ജൂലായ് 22-ന് വാഴ്സാ(പോളണ്ട്) യിലെ യുവജനസമ്മേളനത്തിന് അയച്ച സന്ദേശം

ഇവയൊക്കെയാണ് അമേരിക്കൻ വൻകരയുടെ ആട്ടവും പാട്ടും.

നമ്മുടെ വൻകരയുടെ ശുഭപ്രതീക്ഷ ചിലപ്പോൾ രക്തത്തിലും അന്ധകാരത്തിലും ആണ്ടുപോവാറുണ്ട്. ആളുകളുടെ ആവേശം തണുത്തുപോവാറുണ്ട്. ഭീതിയുടെ തിരകളിൽ ഹൃദയം ആടിയുല യാറുണ്ട്. എന്നാലും നാം നമ്മുടെ പാട്ടുകൾ പാടിക്കൊണ്ടേയിരിക്കുന്നു.

ലിങ്കൺ വധിക്കപ്പെട്ടു. അദ്ദേഹത്തോടൊപ്പം സ്വാതന്ത്ര്യവും അന്ത്യശ്വാസം വലിച്ചു എന്ന് തോന്നിപ്പോയി. എന്നിട്ടും മിസിസിപ്പി നദിയുടെ കരയിലെ കറുത്ത മനുഷ്യർ തുടർന്നും പാട്ടുകൾ പാടി. അവരുടെ വേദനയുടെ ഗാനം ഇപ്പോഴും നിലച്ചിട്ടില്ല. ഗ്രഹനമായ ഗാനം; വേരുകൾ ഉള്ള ഗാനം.

ഇങ്ങ് തെക്ക് ഞങ്ങളുടെ നാട്ടിൽ, വിശാലമായ സാംബാപ്രദേ ശത്ത്, പുൽമെതാനങ്ങളിൽ ചന്ദ്രനുദിക്കുമ്പോൾ, ഗിത്താറിന്റെ നാദവും നിലാവെളിച്ചവും ഒത്തു ചേരുന്നു.

ഉയർന്നു കിടക്കുന്ന പെറുവിൽ, അമേരിക്കനിന്ത്യക്കാർ പർവ തനദി ഒഴുകിവീഴുന്നതുപോലെ പാട്ടുപാടുന്നു.

എല്ലാ വൻകരകളിലും, മനുഷ്യൻ അവന്റെ ഗാനം, സ്വന്തം കൈക്കരുത്തുകൊണ്ട് സംരക്ഷിച്ചിട്ടുണ്ട്. ആനന്ദത്തിന്റെയും പ്രാചീന പാരമ്പര്യം സജീവമായി നിലനിർത്തിയിട്ടുണ്ട്. അവന്റെ ഉത്സവങ്ങളുടെ തിളക്കവും മഹത്വവും വേദനയുടെ പവിത്രസാക്ഷ്യ ങ്ങളും നശിച്ചുപോകാതെ നിലനിർത്തിയിട്ടുണ്ട്.

ഭീകരമായ പീഡനവും കുറ്റവിചാരണയും ത്യാഗവുമെല്ലാം സഹിച്ചുകൊണ്ട്, ഞങ്ങളുടെ ജനത കരുതലോടെ കാത്തുപോന്ന കലാനിധി, നിങ്ങൾക്കായി സമർപ്പിക്കുന്നു.

ഈ യുവജന സമാധാനസമ്മേളനത്തിൽ, എല്ലാ അമേരിക്കൻ നാടുകളിലെയും–ഒപ്പം മറ്റു രാജ്യങ്ങളിലെയും ഗാനങ്ങളും നൃത്ത ങ്ങളും ഉണ്ട്.

ഉന്നതമായ ആൻഡീസ് പർവ്വതനിരയിൽ അന്യരാജ്യങ്ങളിൽ നിന്ന് അകറ്റി നിർത്തപ്പെട്ടതും, അമേരിക്കയിലെ രാജ്യങ്ങളിൽ ഏറ്റവും അകലെ കിടക്കുന്നതുമായ ചിലിയിൽ നിന്നാണ്, ഞാൻ വരുന്നത്. സമുദ്രങ്ങൾകൊണ്ടും സമരചരിതങ്ങൾകൊണ്ടും അന്യ രാജ്യങ്ങളുമായി ബന്ധപ്പെട്ടു കിടക്കുന്ന എന്റെ രാജ്യത്തിന്റെ അഭി വാദനം, എല്ലാ യുവജനങ്ങൾക്കും അർപ്പിക്കുന്നു. അവരോട് എനിക്ക് പറയാനുള്ളത് ഇതാണ്:

നമ്മുടെ പർവതങ്ങളേക്കാൾ ഉയരത്തിൽ നമ്മുടെ ഗാനങ്ങൾ മുഴ ങ്ങിക്കേൾക്കട്ടെ. സമുദ്രത്തിലെ തിരകളെപ്പോലെ ഇടതടവില്ലാതെ നട

നങ്ങൾ ഉയരട്ടെ. ഇവിടെ അവതരിപ്പിക്കപ്പെടുന്ന ഈ കലകളുടെ കരുത്ത് നമുക്ക് നിലനിർത്തണം. കലയെ സജീവമാക്കുന്ന സൗഹൃദത്തിന്റെയും സമാധാനത്തിന്റെയും ഐക്യം നമുക്ക് നിലനിർത്തണം. എല്ലാ മനു ഷ്യരുടെയും കടമയാണത്. ഈ ഉത്സവത്തിന്റെ പ്രകാശമാണത്.

അഭിവാദനങ്ങൾ!

ഇനി നൃത്തം ആരംഭിക്കാം.

8

രാത്രിയിൽ വേലചെയ്യുന്ന അലക്കുകാരി*

സർവകാലത്തിന്റെയും എല്ലാ കവികളുടെയും സ്വപ്നസാ ക്ഷാത്കാരമാണ് എന്റെ ലക്ഷ്യം. പുരുഷന്മാരോട് എന്നതിനേക്കാൾ, സ്ത്രീകളോടാണ് കവികൾ കൂടുതൽ സംവദിക്കുന്നത്. അവരെയാണ് കവികൽപ്പന കൂടുതൽ ആശ്ലേഷിക്കുന്നത്. ഗ്രീസ്, ഇറ്റലി, ജർമനി, നോർവെ, പേർഷ്യ, സ്പെയിൻ, ഫ്രാൻസ്– എല്ലായിടത്തുമുള്ള എല്ലാ കവികളുടെയും പതിവ് അതാണ്. ഇത്രയും വിപുലമായ മഹിളാ സംഘത്തെ ഒറ്റദിവസം, ഒരു നിശ്ചിതസമയത്ത് സംബോധന ചെയ്യാൻ മിക്ക കവികൾക്കും ആഗ്രഹം കാണും. അവർക്ക് അത് പലപ്പോഴും സാധിച്ചെന്നുവരില്ല. ഭൂഗോളത്തിന്റെ ഒറ്റത്തുള്ള ഒരു രാജ്യത്തിലെ വിനീ തനായ ഈ കവിക്ക്, ഇങ്ങനെ ഒരവസരം ഒത്തുവന്നത്, കൗതുകകരമായ നിയോഗമത്രേ. എന്റെ സഹോദരകവികൾ അസൂയകൊണ്ടു ചാകട്ടെ!

വിവേകമതികളും സഹനശീലരും ആവേശഭരിതരും ഒരേ നാട്ടുകാരും സുന്ദരികളുമായ ചിലിയിലെ സ്ത്രീകളെപ്പറ്റിയാണ് നാം സംസാരിക്കുന്നത്. എന്റെ വരികൾക്കും വാക്കുകൾക്കും, കാതു കൊടുക്കാനും അതുവഴി എന്നെ മാനിക്കാനും, നിങ്ങൾ തയ്യാറായത് എന്റെ ഭാഗ്യമായി കരുതുന്നു.

എന്റെ രാജ്യത്തിന്റെയും എന്റെ ജനങ്ങളുടെയും സാധാരണ കവി മാത്രമാകാൻ കൊതിച്ച എന്നെ, ഒരു പ്രവാചകനായി മാനിച്ച തിനെ ഞാൻ വിനയപൂർവം സ്വീകരിക്കുന്നു.

ഉള്ളുതുറന്ന് ഒരു കാര്യം പറയട്ടെ, ഈ അത്ഭുതം കാട്ടാൻ എനിക്കു കഴിഞ്ഞത്, എന്റെ മിടുക്കുകൊണ്ടല്ല. ചരിത്രത്തിന്റെ കഴി

---

* സാന്തിയാഗോവിലെ കൊപോളിഷ്യൽ തിയേറ്ററിൽ നടന്ന മഹിളാ സംഘ സമ്മേളനത്തിൽ ചെയ്ത പ്രഭാഷണം

വാണത്. മാറുന്ന കാലത്തിന്റെ കഴിവ്. മനുഷ്യവംശത്തിന്റെ അടക്കി നിർത്താനാവാത്ത മുന്നേറ്റത്തിന്റെ സൃഷ്ടി. ചിലിയിലെ വനിതകളു മായുള്ള ഒരു കവിയുടെ ഇത്തരമൊരു മുഖാമുഖം, മുമ്പ് സംഭവി ക്കില്ല. ഇത് കാലഘട്ടത്തിന്റെ അടയാളമാണ്.

പോരാളികൾ, അധികാരികൾ, കലാപകാരികൾ, കലാകാരന്മാർ, ജേതാക്കൾ, ധീരനായകർ, പ്രതിനായകർ എന്നിങ്ങനെയുള്ള പുരു ഷന്മാരുടെ രഹസ്യങ്ങളുടെ ഇരകളായി വിദൂരയുഗം മുതലേ സ്ത്രീ കൾ കഴിയുന്നു. സ്വർഗത്തിലെത്താനുള്ള സ്ത്രീകളുടെ കൊതി യുടെ പ്രാർഥനകൾക്ക് മധ്യസ്ഥരായി പുരോഹിതന്മാർ പെരുമാറി. സംഗീതജ്ഞർ, ശില്പികൾ, ചിത്രകാരന്മാർ, സാഹിത്യകാരന്മാർ എന്നിവർ സ്ത്രീകളുടെ അനുപമമായ സൗന്ദര്യത്തെയും പരിപാവ നമായ മാതൃത്വത്തെയും പുകഴ്ത്തി. നമ്മുടെ പ്രിയങ്കരരായ സഹ ചാരികളുടെ പ്രേമവും വിഷാദവും ധീരതയും അവരുടെ വിലയിരു ത്തലിനു വിഷയമായി. നൂറ്റാണ്ടുകളായി സ്ത്രീകൾ പുരുഷന്മാരുടെ പ്രശംസകൾ ഏറ്റുവാങ്ങി. എന്നാൽ അപ്പോഴും അവർ അന്ധകാര യുഗത്തിൽ അകപ്പെട്ട്, പ്രാകൃതവും ക്രൂരവുമായ സമൂഹത്താൽ, ചൂഷിതരും പീഡിതരും വിസ്മൃതരുമായി കഴിഞ്ഞുകൂടി, സ്ത്രീക ളുടെ ആത്മാവിനെ നിഷേധിക്കുന്നവിധം, അവരുടെ പ്രശ്നം സദ സുകളിൽ ചർച്ചയ്ക്കു വിധേയമാക്കി. വിശ്വത്തെ പ്രകാശമാനമാക്കു ന്നത് സ്ത്രീകളുടെ ആത്മാവാണ് എന്ന സത്യം അവർ വിസ്മരിച്ചു.

രക്തച്ചൊരിച്ചിലിന്റെയും ഹിംസയുടെയും ദുരിതകാലമാ ണിത്. യുദ്ധങ്ങളിൽ മനുഷ്യർ പുഴുക്കളെപ്പോലെ പോരാടി ഒടു ങ്ങുന്നു. ആക്രമണം, കൈയേറ്റം, പ്രകൃതിദുരന്തം, നാശനഷ്ടം എന്നിവ മധ്യയുഗങ്ങളിൽ നിറഞ്ഞു നിന്നു. കാല്പനികതയും വീര കർമവുംകൊണ്ട് നിറം പിടിപ്പിച്ച്, സാങ്കല്പിക കഥാപാത്രങ്ങളെ പ്പോലെ സ്ത്രീകളെ അപ്രാപ്യമായ നക്ഷത്രവീഥികളിൽ ഉയർത്തി ക്കാട്ടി, ആദർശവാദികളായ വീരനായകർക്ക് കരവാളിന്റെ കരുത്തു കൊണ്ടും കവിതയുടെ ചന്തം കൊണ്ടും കീഴ്പ്പെടുത്തേണ്ടവരാണ് അവരെന്ന് വരുത്തിത്തീർത്തു. സത്യത്തിനും യഥാർഥ്യത്തിനും അന്യമായ അകലങ്ങളിൽ അബലകളെ അകറ്റിനിർത്തി. പുരുഷന്മാ രുടെ സമരമുഖങ്ങളിൽ സ്ത്രീകളുടെ പങ്കാളിത്തം വർധിക്കുകയും, പുരുഷന് സമമായ സ്ഥാനം അവകാശപ്പെടുകയും, ചിലപ്പോൾ ധീര തയിലും മഹത്വത്തിലും ആണിനേക്കാൾ മികവുകാട്ടുകയും ചെയ്യു ന്നതുവരെ, ഈ അടിച്ചമർത്തൽ നീണ്ടുനിന്നു.

ആണിനും പെണ്ണിനും, കറുത്തവനും വെളുത്തവനും, വിശ്വാ സിക്കും അവിശ്വാസിക്കും ജീവിതസമരം ഒന്നുതന്നെ എന്ന് ചരിത്രം തെളിയിച്ചിട്ടുണ്ട്. മനുഷ്യരുടെ അവസ്ഥ മെച്ചപ്പെടുത്താനുള്ള

സമരം ലോകമെങ്ങും നടക്കുന്നു. എല്ലാ ചൂഷിതർക്കും നീതി ലഭി ക്കണം എന്നതാണ് ആ പേരിന്റെ പൊരുൾ. ഈ സാർവദേശീയ സമരത്തിൽ, സ്വാഭാവികമായി സ്ത്രീകളും പങ്കാളികളാവുന്നു.

കുട്ടിയുടെ ഭാവിയുടെ ആദ്യത്തെ ഘട്ടം അമ്മയിൽ നിന്ന് ആരംഭിക്കുന്നു. തുടക്കത്തിൽ അമ്മയും വെളിച്ചവും കുഞ്ഞിന് ഒറ്റ അനുഭവാവസ്ഥയത്രേ. ആ വെളിച്ചത്തിന്റെ തുടർച്ചയാണു കുട്ടി യുടെ ജീവിതം, മനുഷ്യന്റെ ജീവിതം.

എനിക്ക് രണ്ട് അമ്മമാർ ഉണ്ടായിരുന്നു. ജന്മം തന്ന് ഏറെ നാൾ കഴിയുംമുമ്പ് എന്റെ പെറ്റമ്മ മരിച്ചുപോയ കാര്യം ഞാൻ ചില പ്പോൾ വിശദമായി വിശകലനം ചെയ്യും. പറാൽ പട്ടണത്തിൽ വെച്ച് ക്ഷയരോഗം പിടിച്ചായിരുന്നു അമ്മയുടെ അന്ത്യം. അമ്മ അധ്യാപി കയായിരുന്നു. റയിൽവെ ജീവനക്കാരനായ അച്ഛൻ വീണ്ടും വിവാ ഹിതനായി. അങ്ങനെ എനിക്ക് പെറ്റമ്മയും പോറ്റമ്മയും ഉണ്ടായി.

സ്വാർഥരഹിതയായ, മരിച്ചുപോയ അമ്മയുടെ സാമീപ്യം ഈ പ്രസംഗമന്ദിരത്തിനുള്ളിൽ അനുഭവിക്കുന്നതിന് ഞാൻ അവരെ ഹൃദയത്തിന്റെ ആഴത്തിൽ നിന്ന് ഉയിർത്തെഴുന്നേൽപ്പിച്ചുകൊണ്ടു വന്നു- അത്തരം അമ്മമാരുടെ ആവശ്യം നാം ജീവിക്കുന്ന ഈ ലോകത്തിനുണ്ട് എന്ന് അനുസ്മരിപ്പിക്കട്ടെ.

സ്ത്രീക്ക്, ചിലർക്ക് മാത്രമെ പേരുള്ളൂ. അവൾ അജ്ഞാത യാണ്. അവളുടെ പേർ 'അമ്മ' എന്നാണ്. നിശ്ശബ്ദതയിൽ മൂടപ്പെട്ട അവൾ 'ഭാര്യ'യാണ്. പിന്നീട് 'മുത്തശ്ശി'യാണ് സ്നേഹവും ബഹു മാനവും ഉള്ളവർക്കുമാത്രമേ, സ്ത്രീയുടെ നിലയും വിലയും തിരിച്ച റിയാൻ കഴിയുകയുള്ളൂ. അവളുടെ മാന്യത മനസിലാക്കപ്പെടുന്നി ല്ല. അവളുടെ സ്നേഹത്തിനു പകരം സ്നേഹം നൽകുന്നില്ല. നാവി കൻ, കടലിനെ അറിയുന്നതുപോലെ, കർഷകർ മണ്ണിനെ മനസിലാ ക്കുന്നതുപോലെ, സ്ത്രീ, അന്യർ അവളോട് കാട്ടുന്ന നന്ദികേട് തിരിച്ചറിയുന്നു. എത്ര മുൻകൂട്ടി കണക്കുകൂട്ടിയാലും കടലിനെയും കരയെയും കൊടുങ്കാറ്റും ഭൂകമ്പവും ഇളക്കിമറിക്കുന്നു. സ്ത്രീ യുടെ ദുരനുഭവവും അതുപോലെ അപ്രതീക്ഷിതമായിരിക്കും.

വർഷങ്ങൾക്കുമുമ്പ്, സാന്തിയാഗോവിൽ താമസിക്കുന്ന കാല ത്ത്, മെറ്റിൽഡയും ഞാനും രാത്രിനേരങ്ങളിൽ, പാർപ്പിടത്തിന്റെ മുകൾ നിലയിൽ നിന്ന്, നഗരത്തിലെ കാഴ്ച കണ്ടുകൊണ്ടിരിക്കും. താഴെ അകലെ തെരുവിന്റെ ഒരു അരു മാത്രമേ കാണാനൊക്കൂ. ഒരു അനുഷ്ഠാനത്തിൽ പങ്കെടുക്കാൻ എന്നതുപോലെ, രണ്ടു മെഴു കുതിരിയും ഒരു പരന്ന അലക്കുപാത്രവുമായി, ഒരു സ്ത്രീ അവിടെ പ്രത്യക്ഷപ്പെടും, രാത്രി ഒമ്പതു മണി മുതൽ വളരെ വൈകുംവരെ അവൾ തുണി അലക്കിക്കൊണ്ടേയിരിക്കും. അവളുടെ മുഖം

ഞങ്ങൾക്കു കാണാൻ കഴിയാറില്ല. വിറച്ചുവിറച്ചു കത്തുന്ന, നേരിയ രണ്ടു മെഴുകുതിരിയുടെ വെളിച്ചത്തിൽ, നിശയുടെ നിശ്ശബ്ദസാന്ദ്ര തയിൽ, അവളുടെ രൂപം നിശ്ചലമായ നിഴൽച്ചിത്രംപോലെ ദൃശ്യ മായി. സൗന്ദര്യം സൗന്ദര്യത്തിനുവേണ്ടി, കല കലയ്ക്കുവേണ്ടി എന്ന വിശ്വാസക്കാരായ പഴയകാല കവികളിൽ ഒരുവനായിരുന്നു ഞാനെങ്കിൽ ആ അലക്കുകാരിയുടെ കർമനിഷ്ഠയെ, സോപ്പുപ തയും ഉടുപ്പുകളും ശീലത്തുണികളും ഒക്കെയുള്ള ദേവാലയ ത്തിൽ, ആരാധനയ്ക്ക് നേതൃത്വം കൊടുക്കുന്ന പുരോഹിതയുടെ ആചാരതീവ്രതയായി ഭാവന ചെയ്ത് വർണിക്കുമായിരുന്നു!

എന്നാൽ ഈ കാലഘട്ടത്തിന്റെ കവി, അത്തരം പവിത്ര സങ്കൽപ്പം പുലർത്തുന്നില്ല. അയാൾ, വേദനിക്കുന്ന വാസ്തവമായി, ഈ അലക്കുകാരിയെ കാണുന്നു.

അനാഥമാക്കപ്പെട്ട അമേരിക്കയിലെ ലക്ഷക്കണക്കിന് സ്ത്രീ കളിൽ ഒരുവൾ. ഇക്വഡോറിലോ ബൊളീവിയയിലോ വെനിസുല യിലോ ഉള്ള മറ്റു പല അമ്മമാരും, അതേ മെഴുകുതിരികളുമായി, അതേ സമയത്ത്, മഞ്ഞുകാലമോ വേനൽക്കാലമോ എന്നു നോക്കാ തെ, അമ്മയുടെ കഠിനമായ കടമകളിൽ ഏർപ്പെട്ട് കഷ്ടപ്പെടുക യാവും. ഓറിനോക്കോ നദിയും, പടഗോണിയ സമതലവും മുള്ളുള്ള കൂറ്റൻ കള്ളിച്ചെടികൾ നിറഞ്ഞ മെക്സിക്കൻ പീഠഭൂമിയും പ്രകൃതി യുടെ ഇഷ്ടദാനങ്ങളായ ഗംഭീരങ്ങളായ അഗ്നിപർവതങ്ങളും ഉള്ള, നമ്മുടെ ദേശത്തിലെ ജനതയുടെ, കറുത്ത നായികയായി ഞാൻ ആ അലക്കുകാരിയെ കണക്കാക്കുന്നു. കുട്ടികൾ കിടന്നുറങ്ങു മ്പോൾ രാത്രിയിൽ വസ്ത്രം അലക്കിക്കൊണ്ടേയിരിക്കുന്ന അലക്കു കാരിയായ അമ്മ. ഞാൻ അവളെ ഒരിക്കലും നേരിട്ട് കണ്ടിട്ടില്ല. എന്റെ പാർപ്പിടത്തിലെ ഇരുൾ മറവിൽ നിന്ന് ഞാൻ അവളെ കണ്ടു കൊണ്ടിരുന്ന കാര്യവും, ഒരുപക്ഷേ അവളും ഒരിക്കലും അറിയാൻ വഴിയില്ല. ഈ വരികൾ ഞാൻ അവൾക്കായി സമർപ്പിക്കുന്നു.

ഉയരത്തിൽ ഉദ്യാനത്തിൽ നിന്ന്,
ഞാൻ ആ അലക്കുകാരിയെ നോക്കിയിരുന്നു
അന്നേരം രാത്രിയായിരുന്നു.
അവൾ തുണികൾ തല്ലുന്നു, കഴുകുന്നു, പിഴിയുന്നു.
ഒരു നിമിഷം, അവളുടെ കൈത്തലം
സോപ്പുപതയിൽ തിളങ്ങുന്നു
പിന്നെ നിഴലിൽ മറയുന്നു.
അവളുടെ മെഴുതിരിവെട്ടത്തിൽ
ഞാൻ മുകളിലിരുന്ന്, അവളെ കണ്ടു
രാത്രി

ജീവനുള്ള ഒരാൾ അവൾ മാത്രം.
ജീവിച്ചിരിക്കുന്ന ഒരേ ഒരാൾ
സോപ്പുവെള്ളത്തിൽ വിറയാർന്ന്,
അലക്കു പാത്രത്തിൽ കൈത്തലം ആഴ്ത്തി,
സദാ ഇളകിക്കൊണ്ട്,
തളരാതെ അധ്വാനിച്ചുകൊണ്ട്,
കുനിഞ്ഞും നിവർന്നും കുനിഞ്ഞും നിവർന്നും,
പരമമായ സൂക്ഷ്മതയോടെ,
കൈകൾ–പ്രായമാർന്ന കൈകൾ–ഉയർത്തിയും താഴ്ത്തിയും
അവൾ അലക്കിക്കൊണ്ടേയിരുന്നു.
രാത്രിയിൽ, രാത്രി വളരെ വൈകുവോളം.
അന്യരുടെ ഉടയാടകൾ അവൾ അലക്കുന്നു
അവരുടെ അധ്വാനത്തിന്റെ അടയാളങ്ങൾ വെടിപ്പാക്കുന്നു.
അവരുടെ ശരീരത്തിലെ കറകൾ,
നടന്നു തളർന്ന കാലടികൾ
കടന്ന വഴികളുടെ ഓർമ്മകളുടെ പൊടിപടലങ്ങൾ
പിഞ്ഞിപ്പോയ മേലുടുപ്പുകൾ,
നിറം മങ്ങിയ കാൽശരായികൾ
അവൾ അലക്കിക്കൊണ്ടേയിരുന്നു
രാത്രിയേറെ വൈകുവോളം.

രാത്രിയിൽ വേല ചെയ്യുന്ന ആ അലക്കുകാരി
ഇടയ്ക്കിടെ മുഖം ഉയർത്തുന്നു.
അവളുടെ തലമുടിയിൽ, നക്ഷത്രങ്ങൾ തിളങ്ങുന്നു.
അവളുടെ തലയെ നിഴൽ മറച്ചുകളയുന്നു.
അത് രാത്രി
രാത്രിയിലെ ആകാശം അലക്കുകാരിയുടെ തലമുടി
അവളുടെ മെഴുതിരി വെട്ടം കുഞ്ഞുനക്ഷത്രം
ഉയർത്തുന്ന കൈകളിൽ അത് തീ കൊളുത്തുന്നു.
കഴുകിയ തുണികൾ ഉയരുന്നു താഴുന്നു.
വെള്ളം തെറിപ്പിച്ച് വായുവിൽ വീശുന്നു.
സോപ്പു പതകൾ തിളങ്ങുന്നു.
ആകർഷകങ്ങളായ സോപ്പു പതകൾ

എനിക്ക് കേൾക്കാൻ കഴിയുന്നില്ല
അവളുടെ കൈയിലെ അലക്കുതുണികളുടെ
പിറുപിറുക്കൽ.
ഞാൻ കേൾക്കുന്നേയില്ല.

എന്റെ കണ്ണുകൾ രാത്രിയിൽ
അവളുടെ രൂപം മാത്രം കാണുന്നു.
അവൾ ഒരു ഗോളം
പ്രകാശം പരത്തുന്നു
രാത്രിയിൽ വേലചെയ്യുന്ന അലക്കുകാരി
തുണികൾ തല്ലുന്നു കഴുകുന്നു പിഴിയുന്നു.
തണുത്ത, പരുത്ത, മഞ്ഞുകാലരാത്രിയുടെ
നിറഞ്ഞ നിശ്ശബ്ദതയിൽ,
അവൾ അലക്കുന്നു അലക്കിക്കൊണ്ടേയിരിക്കുന്നു.
പാവം അലക്കുകാരി.

9

കവിത കലാപമാണ്*

മാന്യരായ അധ്യക്ഷരേ,

എന്റെ ബഹുമാനം എങ്ങനെ ഭംഗിയായി പ്രകാശിപ്പിക്കണം എന്ന് എനിക്ക് അറിയില്ല. വിശ്വത്തിന്റെ വിശാലമായ പ്രകാശമാനം, വിപുലമായ വിജ്ഞാനം, അംഗീകാരസ്വീകാരം, സമ്മാനലബ്ധിയി ലുള്ള സന്തോഷം, വാൽനക്ഷത്രം പറന്നുപായുന്ന അനായാസത –ഈ പറഞ്ഞതും ഇതിനേക്കാൾ ഏറെയും ഉൾക്കൊള്ളുന്ന ഒരു പദ പ്രയോഗമുണ്ട്. 'നിങ്ങൾക്കു നന്ദി' എന്ന് ഒരാൾ പറയുമ്പോൾ, അതിൽ അനേകം ആശയം അടങ്ങിയിട്ടുണ്ട്. മനുഷ്യോൽപ്പത്തിതൊട്ടുള്ള, അത്ര അകലെയെക്കാൾ അകലെയുള്ള കാര്യം. ഒരാളുടെ സ്വന്തം ഹൃദ യസ്പന്ദനത്തിന്റെ അത്ര അരികിലേക്കാൾ അരികിലുള്ള കാര്യം.

എനിക്ക് പ്രകടിപ്പിക്കാനുള്ള നന്ദിയുടെ കാര്യവും അതു പോലെ തന്നെ. പ്രസ്ഥാനം, ചുറ്റുപാടുകൾ, കേടുപാടില്ലാത്ത ഇവി ടത്തെ നിരത്തുകൾ, ജീവിതത്തിലേക്കും കവിതയിലേക്കും വീണ്ടും വീണ്ടും മടങ്ങിവരാൻ പ്രേരിപ്പിക്കുന്ന ഒഴിച്ചുകൂടാനാവാത്ത കാരണ ങ്ങൾ, ആർത്തലച്ചു പെയ്യുന്ന മഴയിൽ കുതിർന്ന തെക്കൻ പ്രദേശം, മാതൃദേശത്തിലെ മഹാനദികൾ, ഈ നാട്, ഈ നാട്ടുകാരുടെ നിശ്ശ ബ്ദസഹനം–എല്ലാറ്റിനോടും നന്ദി!

ഞാൻ ഏതെങ്കിലും കാവ്യമീമാംസ പഠിച്ചിട്ടുണ്ടെങ്കിൽ, അല ങ്കാരശാസ്ത്രം പഠിച്ചിട്ടുണ്ടെങ്കിൽ, അതിന്റെ അടിസ്ഥാനപാഠങ്ങൾ ഇവയൊക്കെയാണ്. മലമുകളിലെ ചെടികളുടെ എരിവുമണം, കാട്ടിൽ കടപുഴകിവീണ തടിമരങ്ങളുടെ ചുവട്ടിൽ ഞെരിഞ്ഞ

---

* 1968-ൽ മധ്യചിലിയിലെ കൺസ്പഷിയോൺ സർവകലാശാലയിൽ ചെയ്ത പ്രസംഗം

മർന്നിട്ട് വീണ്ടും മുളച്ചുപൊന്തി ജീവൻ വീണ്ടെടുക്കുന്ന ചെടികൾ, കടുംപച്ചനിറമുള്ള കായകൾ കാറ്റിൽ തൂങ്ങിയാടുന്ന ചെറിയ മരങ്ങൾ നിറഞ്ഞ കുറ്റിക്കാടുകൾ, ബീച്ചുമരത്തടികളിൽ തട്ടുന്ന മഴു വിന്റെ താളം, എന്റെ കുട്ടിക്കാലത്തെ ദാരിദ്ര്യത്തിൽ ചോർന്നൊലി ക്കുന്ന മേൽപ്പുര, നിറനിലാവിൽ തെളിഞ്ഞ പ്രേമം, നക്ഷത്രതുല്യം തിളങ്ങുന്ന ഇളംപ്രായത്തിലെ കണ്ണീർത്തുള്ളികളും മുല്ലപ്പൂക്കളും.

ജീവിതവും പുസ്തകങ്ങളും, യാത്രകളും യുദ്ധവും, നന്മയും ക്രൂരതയും, സൗഹൃദവും ഭീക്ഷണിയും എന്റെ കവിതയുടെ പുറം മോടിയെ നൂറുമടങ്ങ് മാറ്റിമറിച്ചിട്ടുണ്ട്.

എല്ലാ ശീതോഷ്ണാവസ്ഥകളിലും, എല്ലാ അക്ഷാംശ–രേഖാം ശങ്ങളിലും, ജീവിക്കാൻ അവസരമൊത്തത് എന്റെ ഭാഗ്യമാണ്. ഈ കാലഘട്ടത്തിലെ എല്ലാ മനുഷ്യനെയും പോലെ, വേദനിക്കാനും സ്നേഹിക്കാനും കഴിഞ്ഞത് എന്റെ ഭാഗ്യമാണ്. മഹത്തായ ലക്ഷ്യ ങ്ങളെ ഇഷ്ടപ്പെടാനും അവയ്ക്കുവേണ്ടി പൊരുതാനും കഴിഞ്ഞത് ഭാഗ്യമാണ്. വ്യക്തിപരമായ ദുഃഖങ്ങളും അപമാനവും സഹിക്കാൻ സാധിച്ചതും ഭാഗ്യമാണ്.

കവികളുടെ കടമ, എല്ലാ കാലത്തും ഒന്നുതന്നെയാണ്. കവിത തെരുവുകളിലേക്ക് ഇറങ്ങിച്ചെല്ലുകയും ഒന്നിനു പുറകെ മറ്റൊ ന്നായി പോരാട്ടങ്ങളിൽ പങ്കെടുക്കുകയും വേണം. ജനം കവിയെ, കലാപകാരി എന്നു വിളിക്കുമ്പോൾ, ഭയപ്പെടരുത്. കവിത കലാപ മാണ്. കവിയെ വിധ്വംസകനെന്നു വിളിക്കുമ്പോൾ, തടയേണ്ട കാര്യ മില്ല. സാമൂഹ്യപദവിയേക്കാൾ ജീവിതമാണു പ്രധാനം. ആത്മാവിന് പുതിയ നിബന്ധനകളാണ് ഉള്ളത്. വൈചിത്ര്യവും പുതുമയും നിറഞ്ഞ ആശയങ്ങളുടെ വിത്തുകൾ എല്ലായിടത്തും മുളപൊട്ടുന്നു. എല്ലാ ദിവസവും പുതിയ മാറ്റം പ്രതീക്ഷിക്കുന്നു. മനുഷ്യാവസ്ഥയിൽ വരുന്ന പരിവർത്തനത്തെപ്പറ്റിയുള്ള, ആകാംക്ഷ നിറഞ്ഞുനിൽ ക്കുന്നു. കലാപത്തിനു പ്രചോദനമേകുന്ന വസന്തം വിടരുകയാണ്.

ഞങ്ങൾ, കവികൾ, വെറുപ്പിനെ വെറുക്കുന്നു. യുദ്ധത്തിനെ തിരെ യുദ്ധം ചെയ്യുന്നു.

ന്യൂയോർക്കിന്റെ നടുവിൽ ഒരിടത്തുവെച്ച്, ഏതാനും ആഴ്ച മുമ്പു മാത്രം, വാൾട് വിറ്റ്മാന്റെ കവിത ചൊല്ലാൻ, എനിക്ക് അവസ രമുണ്ടായി. മുമ്പ് കൈവശം ഉണ്ടായിരുന്നെങ്കിലും, അദ്ദേഹത്തിന്റെ *ലീവ്സ് ഓഫ് ഗ്രാസിന്റെ* പുതിയ ഒരു കോപ്പി ഞാൻ അന്നു രാവിലെ വാങ്ങുകയുണ്ടായി. നോർത്ത് അവന്യൂവിലെ ഹോട്ടൽ മുറി യിൽ വെച്ച് പുസ്തകം തുറന്ന് ആദ്യം ചെയ്തത്, മുമ്പ് എന്റെ പ്രത്യേക ശ്രദ്ധയിൽപെടാതിരുന്ന ഈ വരികൾ വായിക്കുകയായിരുന്നു

യുദ്ധത്തെക്കുറിച്ചുള്ള വർത്തമാനം നമുക്കു നിർത്താം!
യുദ്ധം തന്നെ അകലെയകലെ അകന്നുപോവട്ടെ!
കറുത്തിരുണ്ട, അവയവനാശം വന്ന ശവങ്ങളുടെ
ഞെട്ടിക്കുന്ന കാഴ്ച,
കൺമുന്നിൽ കടന്നുവരാതിരിക്കട്ടെ!
ചോരയൊഴുക്ക് തുറന്നുവിടുന്ന ആ നരകം,
കാട്ടുനരികൾക്കു ചേരും.
നാവുനീട്ടി അലയുന്ന ചെന്നായകൾക്കു ചേരും
വിവേകശീലരായ മനുഷ്യർക്കു ചേരില്ല.

ഈ വരികൾ ഉണ്ടാക്കിയ പ്രതികരണം, പ്രതീക്ഷയിലും കവി
ഞ്ഞതായിരുന്നു. പ്രേക്ഷകമന്ദിരത്തിനകത്തും പുറത്തും തിങ്ങിക്കൂടിയ
കേൾവിക്കാർ ആവേശപൂർവം, നിർത്താതെ, കരഘോഷം മുഴക്കി.
ആത്മസംഘർഷം അനുഭവിക്കുന്ന വടക്കെ അമേരിക്കൻ ജനതയുടെ
ഹൃദയം തൊട്ടുണർത്താൻ, ഗായകകവിയായ വാൾട് വിറ്റ്മാന്റെ വരി
കൾ എന്നെ സഹായിച്ചു. നപാം ബോംബിട്ട് നശിപ്പിക്കപ്പെട്ട, ആയിര
മായിരം വിയത്നാം ഗ്രാമങ്ങളുടെ ഓർമ്മ ഓടിയെത്തിയ മനസുള്ള
ശ്രോതാക്കൾക്ക്, ഒരു കവി നൂറുകൊല്ലം മുമ്പ് അനീതിയെ കവിത
കൊണ്ട് എതിർത്ത കാഴ്ച തൊട്ടറിയാനും കണ്ടറിയാനും കഴിഞ്ഞി
രിക്കാം. ഞാൻ ഇതുവരെ എഴുതിയ കവിതകളും ഇനി എഴുതാനിരി
ക്കുന്ന കവിതകളും അതുപോലെ കാലം കടന്നുകയറുമെന്ന് കരുതട്ടെ.

അഥീനിയ എന്ന മഹനീയമായ മാസികയിൽ അച്ചടിച്ചുവന്ന
എന്റെ ആദ്യകവിതയുടെ പേർ എനിക്ക് ഓർമ്മയില്ല, എന്നാലും
*അഥീനിയ*യുടെ വെളുത്ത ഏടുകളിൽ കറുപ്പുമഷിയിൽ അടിച്ച
എന്റെ വരികൾ കണ്ടപ്പോൾ അനുഭവിച്ച ആത്മഹർഷം ഇപ്പോഴും
ഓർമ്മയുണ്ട്. ആ കടലാസിന്റെ കനം, അതിന്റെ മണം അതും
എന്റെ ഓർമ്മയിലുണ്ട്. അഭിമാനപൂർവ്വം കൂട്ടുകാർക്ക് കാട്ടിക്കൊടു
ക്കാൻ മാസികയും കൊണ്ട് ഓടിച്ചെന്നതും ഓർമ്മയുണ്ട്. മാസിക
യുടെ കടലാസ് പുറപ്പെടുവിച്ച തെക്കൻ കാടുകളുടെ നറുമണം
ശ്വസിച്ചപ്പോൾ, എന്റെ തെക്കൻ ജന്മദേശം അതിന്റെ കുട്ടിയായി
എന്നെ തിരിച്ചറിഞ്ഞതായി എനിക്കു തോന്നി. ആ നാടുതന്നെയാണ്
ഇപ്പോഴും എനിക്ക് വാക്കുകൾ സമ്മാനിക്കുന്നത്.

മാന്യരായ അധ്യക്ഷരേ, ഞാൻ ഇപ്പോഴും ആ അഭിമാനിയായ
കുട്ടിതന്നെ, എന്റെ കൃതജ്ഞത ഈ തീരഭൂമിയിലേക്ക് വീണ്ടും
കൊണ്ടുവന്നിരിക്കുന്നു. ചരിത്രത്തിന്റെയും പ്രതിഭയുടെയും സർഗാ
ത്മക ബിംബം പ്രതിഫലിപ്പിക്കുന്ന സഞ്ചരിക്കുന്ന കണ്ണാടിയുമായി
പ്രശാന്തമായ ഒരു മഹാനദി ഈ മണ്ണിലൂടെ ഒഴുകുന്നുണ്ട്.

എന്നെ ഓർക്കുകയും എന്റെ പേരിടുകയും ബഹുമാനിക്കു കയും ചെയ്ത ഈ സർവകലാശാലയുടെ അധ്യക്ഷനോടും അധ്യാ പകരോടും വിദ്യാർഥികളോടും സഹകവികളോടും എന്റെ സുഹൃത്ത് *ബയോ-ബയോവിനോടും ഒറ്റ വാക്കുമാത്രമെ എനിക്ക് പറയാനുള്ളൂ. ആവർത്തിച്ചാവർത്തിച്ചു പറയാറുള്ളതെങ്കിലും, സുപ രിചിതമെങ്കിലും, അപൂർവനാണയം പോലെ തിളക്കമാർന്ന ഒറ്റപ്പദം.

നന്ദി!

---

*   ബയോ-ബയോ: മധ്യചിലിയിലെ നദി

www.ingramcontent.com/pod-product-compliance
Lightning Source LLC
LaVergne TN
LVHW091123180726
843490LV00002B/930